ஜீவா

ஜீவா

சுந்தர ராமசாமியை ஈர்த்த மிகச் சில அரசியல் தலைவர்களிடையே மறுபரிசீலனைகளில் சிறிதளவும் தன் ஆளுமையின் மதிப்பை இழக்காதவர் ஜீவா. தான் சார்ந்த இயக்கத்தின்மீது எதிர்மறை விமர்சனங்களை முன்வைத்துக் கொண்டேயிருந்த சு.ராவின் நட்பு ஜீவாவுக்குத் தேவையாகவே இருந்தது. தன்னுடைய கொள்கைகளை எவர்மீதும் திணிக்காமலும் அதேசமயம் அவற்றை விட்டுக்கொடுக்காமலும் தோழமையைத் தக்கவைத்துக்கொண்ட ஜீவாவின் கம்பீரத்தை சு.ரா. இங்கே பதிவு செய்கிறார்.

ஜீவா

சுந்தர ராமசாமி

தொகுப்பு
அரவிந்தன்

காலச்சுவடு பதிப்பகம்

அன்பார்ந்த வாசகருக்கு,

வணக்கம்.

காலச்சுவடு நூலை வாங்கியமைக்கு நன்றி.

நூலின் உள்ளடக்கம், உருவாக்கம், அட்டைப்படம் இன்ன பிற அம்சங்கள் பற்றிய உங்கள் கருத்துகளையும் ஆலோசனைகளையும் காலச்சுவடு வரவேற்கிறது. தகவல், எழுத்து, வாக்கியப் பிழைகள் தென்பட்டால் கட்டாயம் தெரிவித்து உதவுங்கள். நூல் தயாரிப்பில் கடும் குறைபாடு இருப்பின் மாற்றுப் பிரதி உங்களுக்குக் கிடைக்கக் காலச்சுவடு ஏற்பாடு செய்யும்.

மின்னஞ்சல்: publisher@kalachuvadu.com

காலச்சுவடு நாகர்கோவில் அலுவலகத்திற்குக் கடிதம் அனுப்பலாம்.

தங்கள்
எஸ். ஆர். சுந்தரம் (கண்ணன்)
பதிப்பாளர் — நிர்வாக இயக்குநர்

ஜீவா ♦ நினைவுக் குறிப்புகள் ♦ ஆசிரியர்: சுந்தர ராமசாமி ♦ © கமலா ராமசாமி, அரவிந்தன் ♦ முதல் பதிப்பு: ஆகஸ்ட் 2003, திருத்திய மறுஅச்சு: டிசம்பர் 2006, நான்காம் பதிப்பு: செப்டம்பர் 2023 ♦ வெளியீடு: காலச்சுவடு பப்ளிகேஷன்ஸ் (பி) லிட்., 669 கே. பி. சாலை, நாகர்கோவில் 629001

Jeeva ♦ Reminiscences ♦ Sundara Ramaswamy ♦ © Kamala Ramaswamy, Aravindan ♦ Language: Tamil ♦ First Edition: August 2003, Reprinted with Corrections: December 2006, Fourth Edition: September 2023 ♦ Size: Demy 1 x 8 ♦ Paper: 18.6 kg maplitho ♦ Pages: 80

Published by Kalachuvadu Publications Pvt. Ltd., 669, K.P. Road, Nagercoil 629001, India ♦ Phone: 91-4652-278525 ♦ e-mail: publications @kalachuvadu.com ♦ Printed at Adyar Students xerox Pvt. Ltd., No. 275 Habibullah Road, Triplicane high Road, Opp Triplicane Post Office, Triplicane, Chennai 600005

ISBN: 978-81-87477-43-3

09/2023/S.No.180, kcp 4721,18.6 (4) r1

பதிப்புரை

சுந்தர ராமசாமி இலக்கியத் துறையில் மட்டுமன்றி அரசியல், திரைப்படத் துறைகளிலும் சில நெருங்கிய நண்பர்களைக் கொண்டிருந்தவர். கம்யூனிஸ்டு கட்சியுடன் உறவு கொண்டிருந்த காலத்திலும் அதற்குப் பின்னரும் தமிழகத்தின் முக்கிய அரசியல் ஆளுமையான ப. ஜீவானந்தத்துடன் தமக்கிருந்த நட்பையும் உறவையும் அவர் இங்கு பதிவு செய்கிறார்.

அரசியலில் மட்டுமன்றி இலக்கியத்திலும் பெரும் ஆர்வம் கொண்டிருந்த ஜீவாவின் ஆளுமையின் வித்தியாசமான பரிணாமங்களை இதில் அவர் சித்தரித்துள்ளார்.

சு.ராவின் தீவிர வாசகரான அரவிந்தன் அவரைச் சந்தித்து உரையாடிப் பதிவு செய்ததைப் பிரதி எடுத்தவர் பி. ஆர். மகாதேவன்.

நினைவோடை வரிசையில் நான்காவது நூல் இது. இதே வரிசையில் க. நா. சு., சி. சு. செல்லப்பா, கிருஷ்ணன் நம்பி குறித்த பதிவுகள் வெளிவந்துள்ளன.

பதிப்பாளர்

O

இந்நூலின் இரண்டாம் பதிப்பைச் சரிபார்த்து உதவிய அ.கா. பெருமாள் அவர்களுக்கு நன்றி.

பதிப்பாளர்

குறிப்பு :

இந்நினைவுக் குறிப்புகளை நான் நண்பர் அரவிந்தனிடம் சொல்லும்போது என் நினைவை மட்டும் அடிப்படையாக வைத்தே சொல்லியிருக்கிறேன். சொன்ன நேரத்தில் நினைவுக்கு வந்தவை மட்டுமே இதில் இடம்பெற்றிருக்கின்றன. இந்நினைவுக் குறிப்புகள் புத்தக உருவம்பெற்றுப் படிக்க நேர்ந்தபோது, சொல்லாத சில நினைவுகளும் மனதிற்குள் வந்தன. அவற்றை எழுதிச்சேர்க்க அவசியமான சமயவசதி எனக்கு இப்போது இல்லாமல் இருக்கிறது.

பல எழுத்தாளர்களுடனான முதல் சந்திப்பு என் நினைவில் போதிய தெளிவுடன் இல்லையோ என்று சந்தேகப்படுகிறேன். ஒரு சில வருடங்கள் துல்லியமாக இல்லாமலிருக்கலாம். அதிகபட்சம் அவை ஒன்றிரண்டு வருடங்கள் முன்பின்னாக அமைந்திருக்க வாய்ப்புண்டு.

நாகர்கோவில்   சு. ரா.
09.02.05

*19*39ல் நாங்கள் கோட்டயத்திலிருந்து நாகர்கோவிலுக்கு வந்தோம். என் மனதில் முக்கியமான நபராக அப்போது என் மாமாதான் இருந்தார். தாத்தாவின் குடும்பத்துடன் அவர் நாகர்கோவிலில் தழுவியமகாதேவர்கோவில் என்னும் கிராமத்தில் இருந்தார். என் அம்மா அவரைப் பற்றி ஆர்வத்தைத் தூண்டும் பல தகவல்கள் சொல்லியிருக்கிறார். பரந்தாமன் என்ற பெயரில் அவர் பின்னால் பத்திரிகைகளில் எழுதி வந்திருந்தார். அவரது இயற்பெயர் நாராயணன். அவர் சம்பந்தமாக என்ன ஆர்வம் எனக்கு ஏற்பட்டது என்றால் ஒரு தடவை வீட்டில் சொல்லிக்கொள்ளாமல் ஓடிப் போய் விட்டார். அது மிகப் பெரிய சாகசமாகவும் வித்தியாசமான செயல்பாடாகவும் எனக்குப் பட்டது. போனவர் பல வருஷங்கள் ஊர் திரும்பவில்லை. கோட்டயத்தில் இருந்த என் அம்மாவுக்குத் தகவல் தெரிந்ததும் ரொம்ப வருத்தப்பட்டாள். அப்போது அம்மா உணர்ச்சிவசப்பட்டுச் சொன்னவை ஒருவேளை என் மனதில் மிகையான, ஆழமான பாதிப்பை ஏற்படுத்தியிருக்கக் கூடும்.

நாங்கள் கோட்டயத்தில் இருந்தபோதே காணாமல் போயிருந்த அவர் நாங்கள் நாகர்கோவில் வந்து சேர்ந்த பின்னரும் திரும்பி வந்திருக்கவில்லை. பலர் சொன்னார்கள் அவர் சிலோனுக்குப் போய்விட்டார் என்று. அவருக்கு அப்படி யொன்றும் வீட்டில் பெரிய பிரச்சினைகள் இருக்கவில்லை. வீட்டில் சிறிது கஷ்டம் இருந்திருக்கலாம். நாங்கள் நாகர் கோவிலுக்கு வந்து கிட்டத்தட்ட ஒன்றரை இரண்டு மாதங்கள் கழிந்திருந்தபோது ஒருநாள் என்னுடைய சிறிய மாமா தழுவிய மகாதேவர்கோவிலிலிருந்து எங்கள் வீடு இருந்த நாகர்கோவிலின் மற்றொரு பகுதியான ராமவர்மபுரத்திற்கு ஓடி வந்தார். இரண்டு பகுதிகளுக்கும் இடையில் கிட்டத்தட்ட மூன்று கிலோமீட்டர் தூரம் இருக்கும். அப்போது அவருக்குப் பத்து அல்லது பதினோரு வயதிருக்கும். எனக்கு எட்டு அல்லது ஒன்பது இருக்கும். என் அம்மா அவருக்கு அக்காதானே. 'அக்கா, அம்பி அண்ணா வந்தாச்சு' என்றார் மாமா.

பெரிய மாமாவை அவரைவிட வயதில் சிறியவர்கள் அப்படித்தான் அழைப்பார்கள். அதாவது அவர் என் அம்மா வுக்கு அம்பி. அவரது வயதைவிடச் சிறியவர்களுக்கு அண்ணா. எனவே இரண்டையும் சேர்த்து அவரை அம்பி அண்ணா என்று அழைப்பார்கள். என் அம்மாவுக்கு நம்பவே முடிய வில்லை. 'எப்படிடா வந்தான்?' என்றாள் ஆச்சரியமாக. பெரிய மாமா ராத்திரியிலேயே வந்து சேர்ந்திருக்கிறார். காலையில் பார்த்தபோது ஏதோ தினமும் அங்கேயே இருப்பவர்போல யாரையும் எழுப்பாமல் வாசல் திண்ணையில் படுத்துத் தூங்கிக் கொண்டிருந்திருக்கிறார். காலையில் கதவைத் திறந்து பார்த்தவர் கள் யாரோ திண்ணையில் படுத்துத் தூங்குவது தெரிந்ததும் எழுப்பிப் பார்த்தால் மாமா. எங்கே போயிருந்தாய், என்ன ஏது என்று கேட்டபோது அதெல்லாம் இப்போது எதற்கு, விட்டுவிடுங்கள் என்று சொல்லிவிட்டாராம். என் அம்மா சின்ன மாமாவிடம், 'நீ குளித்துச் சாப்பிட்டுவிட்டு அவனை என்னை வந்து பார்க்கச் சொல்லு' என்றார். மாமா வருவதற்கு முன் எங்களுக்கு ரொம்பப் பதட்டமாக இருந்தது. முதன்முறை யாகப் பார்க்கப்போகிறோம் அவரை. ஆள் எப்படி இருப்பார் என்று பார்க்க ரொம்ப ஆர்வமாக இருந்தது.

ரொம்ப நல்ல மாதிரியாக இருந்தார் நேரில் பார்த்தபோது. ஒரு தினுசாகச் சிரித்துக்கொண்டே பேசுவார். நல்ல ஆரோக் கியமான உடம்பு. கையும் காலும் தோள்பட்டைகளும் அற்புத மாக இருந்தன. எந்த ஒரு விஷயத்துக்கும் கவலைப்படவே மாட்டார் என்று தோன்றிற்று. அம்மாவும் அப்படித்தான் சொல்லியிருந்தாள். ஆனால் அவருடைய மனதின் வார்ப்பு என்ன என்பதைக் கடைசி வரைக் கண்டுபிடிக்கவே முடிய வில்லை. பெரிய மர்மமெல்லாம் கிடையாது. ஒருவரால் எப்போதும் எப்படிச் சிரித்துக்கொண்டே இருக்க முடிகிறது; எப்போதும் இயல்பாக எப்படி இருக்க முடிகிறது என்று ஆச்சரியமாக இருக்கும். அவரிடம் அகம்பாவம் என்பதோ கோபதாபங்களோ துளியுமில்லை. பல துறைகளில் குறிப்பாக சினிமாத் துறையில் நடிகர்கள், நடிகைகள், இதர பணியாளர்கள் எல்லோருடனும் ரொம்ப நெருக்கமான தொடர்பு உடையவராக இருந்தார். அவருக்கு ஏகப்பட்ட ஆட்களுடன் பழக்கம் இருந்திருக்கிறது. பெரும்பாலும் எல்லா நடிகர்களையும் நடிகை களையும் தெரியும். துணை நடிகர்கள் அத்தனை பேரையும் தெரியும். ஆனால் அவர் மேல் கொஞ்சம்கூடக் களங்கம் பட்டதே இல்லை. சினிமாத் துறையைச் சேர்ந்த பலர் என்னிடம் சொல்லியிருக்கிறார்கள்.

அவரைப் பற்றி நான் ஒரு கட்டுரை எழுதியிருக்கிறேன். அவர் ஒரு ஆன்மிக இதழில் வேலை பார்த்தபோது இந்தியாவில்

இருந்த பல துறவிகளைப் போய்ப் பேட்டி எடுத்தார். எனக்கு உண்மையில் என்ன தோன்றியது என்றால் அந்தத் துறவிகள் தான் இவரை வந்து பார்த்திருக்க வேண்டும் என்று. அவ்வளவு முக்கியமான குணம் இவரிடம் இருந்தது என்று அந்தக் கட்டுரையில் எழுதியிருந்தேன். அவர் திரும்பி வந்த பிறகு ஒரு வேலை என்று எதையும் பொறுப்பாகப் பார்க்கவில்லை. வேலையில்லாமல், நிரந்தர வருமானம் இல்லாமல் இருந்தது குறித்து அவருக்கு எந்தக் கவலையும் மனதில் இருந்தது கிடையாது. மாதாமாதம் வருமானத்துக்கு என்ன செய்தார் என்பது திட்டவட்டமாக எனக்குத் தெரியவில்லை. என் அம்மா சின்னச் சின்ன உதவிகள் செய்து வந்தாள் என்பது தெரியும்.

அன்றெல்லாம் பதினைந்து ரூபாய் இருந்தால் போதும் ஒரு சிறிய குடும்பத்திற்கு. ஒரு மாதத்தை ஓட்டிவிடலாம். மாமாவும் மாமியும் மட்டும்தான் அப்போது தனியாக இருந்தார்கள். அப்போது அவர்களுக்குக் குழந்தைகள் பிறந்திருக்கவில்லை. திருமணமான கொஞ்ச நாட்களிலேயே அவர் காணாமல் போய்விட்டார். அவருக்குச் சிறு வயதிலிருந்தே ஊர் சுற்றும் குணமுண்டு. ஏதாவது ஒரு காரணத்தை முன்னிட்டு ஒரு ஊருக்குப் போவார். போனவர் அப்படியே பல நாட்கள் திரும்பி வராமல் இருந்துவிடுவார். அப்படி அவர் பத்து வருடங்கள் சுற்றியலைந்ததில் ஏகப்பட்ட ஊர்களைப் பார்த்திருந்தார்.

அவருக்குத் தொடர்புகளும் மிக அதிகமாக ஏற்பட்டுவிட்டிருந்தன. கல்கி அவரது நண்பர். ராஜாஜி அவரை அடையாளம் கண்டுகொண்டு நாராயணன்தானே என்று கேட்கும் அளவுக்கு அறிமுகமானவர். அவருடன் தமாஷ் பண்ணியெல்லாம் பேச முடியாது இல்லையா; அதனால் ஒரு இடைவெளி விட்டுத்தான் பழகுவார். என். எஸ். கிருஷ்ணன் மிக நெருக்கமான நண்பர் அவருக்கு. மதுரம் மட்டுமல்ல, அவரது குடும்பத்தைச் சேர்ந்த எல்லோரையும் அவருக்குத் தெரியும். என். எஸ். கே. இல்லாத சமயத்தில் பல வேலைகளை என் மாமாவிடம் மதுரம் ஒப்படைப்பதுண்டு. எம். ஜி. ஆர். என் மாமாவுக்கு நெருக்கமான நண்பர். திரு. வி. க., வ. ரா. அநேகமாக எல்லா எழுத்தாளர்களையும் அவருக்குத் தெரியும். செல்லப்பாவைத் தெரியும். கதிர் என். ராமசாமி என்றொருவர் இருந்தார். துமிலன் என்ற பெயரில் அவர் எழுதிவந்தார். உங்களுக்குத் தெரியுமா?

நகைச்சுவை மாதிரி எழுதுவார், அவர்தானே?

ஆமாம். பத்திரிகைக்கு ஆசிரியராகவும் இருந்திருக்கிறார். இவர்களையெல்லாம் எதற்குச் சொல்கிறேன் என்றால் இவர்கள் எல்லோருமே என் மாமாவுக்கு நண்பர்கள். இவர்கள் தவிரவும் பல முக்கியமானவர்களுடன் நெருக்கமான நட்பு இருந்தது.

அப்போதெல்லாம் அவர் எழுதுவார் என்றெல்லாம் நான் நினைத்துப் பார்த்திருக்கவில்லை. பின்னால் 'சோ'வுடன் நெருக்கமான பழக்கம் ஏற்பட்டது. எப்போதும் துக்ளக் அலுவலகத்தில் தான் இருப்பார். அவருக்கு அங்கு ஒரு ஈஸிசேர் போட்டு வைத்திருப்பார்களாம். அதில் படுத்துக்கொண்டிருப்பார் என்று சொல்வார்கள். எப்போது வேண்டுமானாலும் அங்கு போவார், வருவார்.

'சோ'தான் சொன்னாராம் ஒரு தடவை, ஏதாவது எழுதுங்களேன் என்று. என்ன அபிப்ராயத்தினால் அவர் அப்படிச் சொன்னார் என்று தெரியவில்லை. துக்ளக்கில் வழக்கமாகத் தொடர் கட்டுரைகள் எழுதினார் பரந்தாமன் என்ற பெயரில். பலர் அதைப் படித்தனர். துக்ளக் வாசகர்களுக்கு ஏற்றாற்போல் அது இருந்திருக்கலாம் என்று நினைக்கிறேன்.

நாஞ்சில் நாடு திருவிதாங்கூரில் இருந்த காலம் அது. அப்போது சி. பி. ராமசாமி அய்யர் திவானாக இருந்தார். கம்யூனிஸ்ட் இயக்கத்தை ஒடுக்க வேண்டும் என்ற எண்ணம் அவருக்கு இருந்தது. வயலார் புன்னபுராவில் புரட்சி நடந்தபோது கடுமையாக எதிர்த்து நிறைய கம்யூனிஸ்ட் தலைவர்களையும் ஊழியர்களையும் பொதுமக்களையும் கொன்றுவிட்டார். கம்யூனிஸ்ட் இயக்கம் கேரளாவில் வளர அது முக்கிய காரணமாக அமைந்தது. அவர் பின்னால் ஒரு கட்டுரையில் எழுதியிருந்தார். 'நான் இவ்வளவு தீவிரமான நடவடிக்கையை எடுத்திருக்க வேண்டியதில்லை; கம்யூனிஸ்ட்கள் சமூக விரோதிகள் அல்ல என்பது எனக்குப் பின்னால்தான் புரிந்தது. அவர்கள் சில கொள்கைகளை நம்புகிறார்கள்; அதில் தீவிரமாக இருக்கிறார்கள்; அஹிம்சையில் அவர்களுக்கு நம்பிக்கை இல்லை. ஆனால் அவர்களுடன் பேசிச் சரிக்கட்டியிருக்க முடியும். அவசியமில்லாமல் தவறான எண்ணத்தில் ரொம்பக் கொடூரமாக நடந்து கொண்டு விட்டேன். அதற்கு எதிரான பலனை அனுபவித்தும் விட்டேன்' என்று ஒரு கட்டுரையில் சி. பி. ராமசாமி அய்யர் எழுதியிருக்கிறார்.

அதோடு இன்னொரு கட்டுரையில், இ. எம். எஸ். உடன் பேசினால் நிதானமாகப் பேசி ஒரு தீர்வு கண்டடைந்திருக்க முடியும் என்று எல்லாருமே சொல்கிறார்கள். அதை நான் பயன் படுத்திக்கொள்ளாமல் இருந்துவிட்டேன் என்றும் எழுதியிருந்தார். அவர் திவானாக இருந்தபோது கம்யூனிஸ்ட்களின் நடமாட்டத்திற்குத் தடை விதித்திருந்தார். ஜீவா நாஞ்சில் நாட்டைச் சேர்ந்தவர் என்பதால் எங்கும் போக முடியாது என்றாகிவிட்டிருந்தது. தடை ஜீவாவின் நடமாட்டத்தை முடக்கி விட்டால் அவரைக் கண்காணிப்பது எளிது என்ற நோக்கத்தில்

அப்படி அறிவித்திருக்கலாம். தமிழகத்தில் சுற்றும் உரிமை அவருக்கிருந்தால் தன் பேச்சாற்றலால் மிகப்பெரிய புகழ்பெற்று விடுவார். அதன் பின் இங்கு திரும்பி வரும்போது அவருக்குப் பெரிய வரவேற்பு, மக்கள் கூட்டம், புகழ் என்றெல்லாம் ஆகிவிடும். அதன் பின் அவரை ஒடுக்குவது மிகவும் கஷ்டமாக ஆகிவிடும் என்றெல்லாம் யோசித்துத் தடை விதித்ததாகச் சொல்கிறார்கள்.

ஆனால் ஜீவா தடைகளுக்குக் கட்டுப்படாமல் கட்சிப் பணிகளை முன்னிட்டு யாருக்கும் தெரியாமல் அங்கெல்லாம் போய்வருவதுண்டு. அதற்குத் தனிவழிகள் இருந்தன. அவருக்கு உதவ ஆட்களும் இருந்தனர். கடுக்கரை வழியாக திருவிதாங்கூர் எல்லையைத் தாண்டிவிடலாம். அப்படியே திருநெல்வேலிக்குப் போய்விடலாம். கடுக்கரையில் அவருக்கு ஏகப்பட்ட நண்பர்கள் இருந்தார்கள். அதில் பலர் கம்யூனிஸ்ட்கள். அந்த நண்பர்கள் அந்தப் பாதை வழியாக அவரைக் கூட்டிக் கொண்டு போய் திருநெல்வேலி எல்லையில் விட்டுவிட்டு வந்து விடுவார்கள்.

என் மாமாவுக்குச் சிறு வயதிலேயே ஒரு பத்து வருடங்கள் ஜீவாவுடன் நல்ல பழக்கம் இருந்தது. கல்கி, திரு. வி. க. போன்றோரின் பெயர்களெல்லாம் என் மாமாவின் வாயில் அடிபடுவதற்கு முன்பு அடிபடும் பெயர் ப.ஜீவானந்தம் என்பது. அவரை ஜீவா என்று எங்கள் ஊரில் யாரும் அந்தக் காலத்தில் சொல்லமாட்டார்கள். ஜீவானந்தம் என்றுதான் அந்தக் காலத்தில் சொல்லுவார்கள். ஜீவா என்று யாராவது சொன்னால் யாரைச் சொல்கிறீர்கள் என்றுதான் கேட்பார்கள். ரொம்பப் பின்னால்தான் ஜீவா என்ற செல்லப்பெயர் அவருக்கு வந்து சேர்ந்தது. நாகர்கோவிலில் எந்த கூட்டத்துக்கான நோட்டீஸிலும் சரி, யாராவது இரண்டு பேர் பேசுகிறார்கள் என்றால் அவர்களில் ஒருவர் ஜீவானந்தமாகத்தான் இருப்பார்.

நான் என் மாமாவிடம் ஒருநாள் ஜீவானந்தத்தின் மீட்டிங்குக்கு அழைத்துச் செல்லுங்களேன் என்று கேட்டேன். என் அப்பாவுக்குத் தெரிந்து அழைத்துக்கொண்டு போக முடியாது. அவருக்குப் பிடிக்காது என்பது என் மாமாவுக்குத் தெரியும். என் அப்பா எல்லாவற்றையும் மிகைப்படுத்தியே பார்ப்பார். கம்யூனிஸ்ட் கூட்டங்களுக்குப் போனால் என் எதிர்கால வாழ்க்கையே நாசமாகிவிட்டதுபோல் கற்பனை செய்துகொள்ளுவார். அவருக்கு ரொம்பப் பிரமாதமான கற்பனை வளம் – அது எதிர்மறையான கற்பனை வளம்தான் எனக்கு அப்போது தோன்றிற்று – உண்டு என்பது பின்னால்தான் எனக்குத் தெரிய வந்தது. என் மாமா என் அம்மாவிடம் கேட்டார் இவனைக் கூட்டிக்கொண்டு போகவா என்று. 'சரி, கூட்டிக்கொண்டு

போ எட்டு மணிக்கெல்லாம் கொண்டு வந்து விட்டுவிடு' என்றாள் அம்மா.

நாங்கள் இருவரும் போனோம்.மேடைக்குப் பக்கத்தில் உட்காருவதற்கு பாய் போட்டிருந்தார்கள். வடசேரிச் சந்தையில் அதுபோன்ற மலிவு விலைக்குக் கிடைக்கும் பாய்களை நான் பார்த்திருந்தேன். பனை ஓலையால் பின்னப்பட்டிருக்கும். கூட்டம் முடிந்ததும் அதை அடுத்த கூட்டத்திற்குப் பயன்படுத்த சுருட்டி எடுத்துக் கொண்டுபோவார்கள். அந்தப் பாயில் என்னை உட்கார வைத்துவிட்டு மாமா எங்கோ மறைந்து போய்விட்டார். கூட்டம் ஆரம்பிப்பதற்கு முன் ஜீவாவுடன் ஒரு குழு வந்தது. அவர்களுடன் இவரும் வந்தார். கூட்டம் ஆரம்பமானது. முதலில் இரண்டு மூன்று பேர் பேசினார்கள். அதன் பிறகு ஜீவா பேசினார். எனக்கு அவர் பேச்சு சுத்தமாகப் புரியவில்லை. ரொம்ப எளிமையான பாஷையில்தான் அவர் பேசினார். அவர் பேசுவதைக் கேட்டு கூட்டத்தினர் கை தட்டினார்கள். சிரித்தார்கள். பார்வையாளர்களைத் தன் பக்கம் அணைத்துக்கொண்டு பேசுகிறார் என்பது தெளிவாகத் தெரிந்தது. ஆனால் அரசியல் நெளிவு சுளிவுகள் தெரியாததனால் உள்ளார்ந்த அர்த்தங்கள் எனக்குப் புரியவில்லை. காந்தி, நேரு என்று ஏற்கெனவே கேள்விப்பட்டிருந்த பெயர்களை அவர் சொன்னது புரிந்ததே தவிர வேறெதுவும் அவரது பேச்சில் எனக்குப் புரிந்திருக்கவில்லை.

திரும்பி வரும்போது என் மாமாவிடம், 'அந்தப் பேச்சு எனக்குப் புரியவில்லையே. அதுக்கு நான் என்ன செய்யணும்? வேறு நிறைய புத்தகங்கள் படித்தால்தான் அந்த பேச்சு எனக்குப் புரியுமா?' என்று கேட்டேன். அவர் சொன்னார், 'முதலில் இந்தப் பேச்சு புரிய வேண்டுமா வேண்டாமா என்பதை நீ முடிவு பண்ணிக்கொள். புரிய வேண்டும் என்று தோன்றினால் அடிக்கடி கூட்டங்களுக்குப் போய் உட்கார்ந்து கொண்டிருந் தாலே போதும். உனக்குப் புரிந்துவிடும். நான் எந்தப் புத்தகமும் படித்ததில்லை. எல்லாக் கூட்டங்களுக்குப் போக வேண்டு மென்று கூட அவசியமில்லை. ம.பொ.சி., அண்ணா பேசும் கூட்டங்களுக்குப் போ. அவர்கள் ரொம்ப எளிமையாக, கேட்கிறவர்கள் மனதில் பதிய வேண்டும் என்ற ஆசையில்தான் பேசுகிறார்கள். தொடர்ந்து கேட்டு வந்தால் உனக்குப் புரிந்து விடும்' என்றார்.

அவர் அப்படிச் சொன்னபோது என்னை உற்சாகப்படுத்து வதற்காகச் சொல்கிறாரோ என்று எனக்குச் சந்தேகமாக இருந்தது. என்னிடம் எப்போதுமே இந்தக் குணம் உண்டு. ஏதாவது தடை வரும்போது அதைத் தாண்ட முடியுமா

என்ற மலைப்பு ஏற்பட்டுவிடும். அந்தக் கூட்டத்தில் என் வயசுப் பையன்கள் எல்லாம் அவர் பேசியதைக் கேட்டுச் சிரித்தார்கள். கையைத் தட்டினார்கள். அவர்களுக்கெல்லாம் புரிகிறதே; எனக்கு ஏன் புரியவில்லை என்ற எண்ணம் என் மனதில் வந்தது. ஒருநாள் என் மாமாவிடம் கேட்டேன், 'என்னை ஜீவாவிடம் அழைத்துக்கொண்டு போவீர்களா?' என்று. 'எதுக்கு?' என்றார். 'சும்மா பார்க்க வேண்டும்' என்றேன். மாமா சொன்னார், 'சரி அழைத்துக்கொண்டு போகிறேன். அவர் பேசுவதைக் கேட்டு நீ பயந்துவிடக்கூடாது. கம்பீரமாகப் பேசுவார். சின்னப் பையனாக இருக்கிறாயே என்று உன்னிடம் பேசாமல் எல்லாம் இருக்கமாட்டார். ஏகப்பட்ட கேள்விகள் கேட்பார். பயப்படாமல் பதில் சொல்லலாம் நீ. தப்புத் தப்பாக இருக்குமோ என்றெல்லாம் பயப்பட வேண்டாம். உன் மனசில் என்ன நினைக்கிறாயோ அதைச் சொல்லலாம் நீ' என்று என்னைத் தயார்படுத்தினார். அதன்பிறகு என்னை அழைத்துக் கொண்டு போனார்.

மணிமேடைக்குக் கீழ்ப்பக்கம் ஒரு ஹோட்டல் இருந்தது. அதன் பின்னால் ஒரு குதிரை லாயம் இருந்தது. அங்கு இரண்டு மூன்று குதிரைகள் இருந்தன. அந்த ஹோட்டல் உரிமையாளரின் பெயர் சுப்பையா பிள்ளை. சொல்லப் போனால் அவர் எங்கள் ஊரில் ஒரு காலத்தில் பெரிய போக்கிரியாக இருந்தவர் தான். அடிதடி, சண்டை என்றால் அங்கே போய் விடுவார். ஒரு ஹோட்டலும் நடத்திவந்தார். சுதந்திரப் போராட்டத்தின் போது ஒரு தடவை அவரைப் போலீஸார் நடு ரோட்டில் இழுத்துப்போட்டு அடித்தார்கள். அவர் எப்போதும் ஒரு தலைப்பாகை கட்டிக்கொண்டிருப்பார். அதை அவுருடா என்று போலீஸார் சொன்னதற்கு இவர் முடியாது என்று மறுத்துவிட்டார். போலீஸார் இவரைக் காட்டுத்தனமாக அடிக்கத் தொடங்கினார்கள். கீழே தள்ளி மிதித்தார்கள். அவர் ரத்த வாந்தியெடுத்தாராம். அப்படித்தான் எல்லாரும் சொன்னார்கள். ஆனால் போலீஸ்காரர்கள்தான் அவர் தலைப் பாகையைத் தட்டிவிட்டார்களே தவிர, அவர் கடைசிவரை அவிழ்க்க மறுத்துவிட்டார். அதன்பின் அவரைக் கைது செய்தார் களா இல்லையா என்பது தெரியவில்லை. ஆனால் அதிலிருந்து அவர் தன் தலைப்பாகையை எக்காரணம் கொண்டும் யார் முன்பாகவும் அவிழ்த்ததே கிடையாது. உயிரே போனாலும் அவர் தலைப்பாகையை அவிழ்க்க மாட்டார் என்று அவரைப் பற்றி ஒரு கதை எங்கள் ஊரில் எல்லோரும் சொன்னார்கள். அவருக்கு அப்போது வயது நாற்பது இருக்கும். குண்டாக, குள்ளமாக இருப்பார். கிட்டத்தட்ட புளி மூட்டை ராமசாமி மாதிரி இருப்பார்.

ரேக்ளா என்றொரு வண்டி எங்கள் பக்கத்தில் உண்டு. சின்னதாக, குட்டியாக இருக்கும் வண்டி. அவர் அந்த வண்டியில் முன்பக்கம் ஏறி உட்கார்ந்தால் கிட்டத்தட்ட எல்லா இடமும் நிரம்பிவிட்டிருக்கும். பின் பக்கத்தில் ஒரு பையன் ரோட்டைப் பார்க்க உட்கார்ந்து காலைத் தொங்கவிட்டுக்கொண்டு உட்கார்ந் திருப்பான். வெட்டுக்கத்தி சுப்பையா பிள்ளை அந்த வண்டியில் சாயந்திரம் ஐந்தரை ஆறு மணிக்கு வேகமாகப் பறக்கும் ஒரு மட்டக் குதிரையைப் பூட்டி தினமும் போவார். சும்மா ஆட்கள் பார்த்து சந்தோஷப்படுவதற்குத்தான் அப்படிப் போவார். வேறு எந்த காரணமும் இருக்காது. எங்கு ஆட்கள் இருக்கமாட்டார் களோ அங்கு ரொம்ப மெதுவாகப் போவார். கூட்டம் வர வர அவருடைய உற்சாகம் கூடிக்கொண்டே போகும். குதிரை, ஹோட்டல் வாசலில் வந்து நிற்கும். இவர் இறங்கினதும் ஒரு பையன் வந்து, குதிரையை அவிழ்த்து, லாயத்தில் கொண்டு போய் கட்டுவான். லாயத்துக்குப் போக ஹோட்டலுக்குப் பின்பக்கமாக வழி இருக்கவில்லை. ஹோட்டலுக்குள்ளோடுதான் குதிரையை இழுத்துக்கொண்டு போவான். அந்த லாயத்துக்குப் பக்கத்தில் ஒரு சின்ன வராண்டா இருந்தது. ஆறு ஏழடி இருக்கும். அவ்வளவு தான். அங்குதான் ஜீவா உட்கார்ந்துகொண்டிருப்பார்.

சுப்பையா பிள்ளை ஜீவாவின் மிகப் பெரிய அபிமானி. விசிறி. அந்த ஹோட்டல் எப்போதுமே கலகலப்பாக இருக்கும். ஜீவாவிடம் அவர் ரொம்பப் ப்ரியமாக இருப்பார். ஜீவாவுக்கு அவசியமான உபசரணைகளைச் செய்வதில் அவருக்குப் பரம சந்தோஷம். கூட்டங்களுக்கெல்லாம் இரண்டு பேரும் சேர்ந்தே வருவார்கள். சுப்பையா பிள்ளை காங்கிரஸ் தியாகி. அவருக்கும் மேடையில் நாற்காலி போட்டிருப்பார்கள். எங்கள் ஊரில் நடக்கும் அநேக கூட்டங்களுக்கு சுப்பையா பிள்ளைதான் தலைமை தாங்குவார். தலைமை உரை முடிவுரை என்றெல்லாம் பெரிதாக எதுவும் இருக்காது. யார் யாரெல்லாம் பேசப் போகிறார்களோ அவர்களது பெயரை ஒரு பேப்பரில் எழுதி வைத்துக் கொண்டிருப்பார். கூட்டம் ஆரம்பித்ததும் இன்னார் பேசப்போகிறார் என்று சொல்லிவிட்டு அமர்ந்துவிடுவார். அவர் ஒரு மணி நேரம் இரண்டு மணி நேரம் பேசி முடிப்பார். இவர் உடனே எழுந்து அடுத்ததாக இன்னார் பேசப்போகிறார் என்று சொல்லிவிட்டு அமர்ந்துவிடுவார். மேடையில் இருக்கும் போது பேசுபவர்களது பேச்சுக்கேற்றவாறு இவரது முகபாவங்கள் மாறுவது பார்ப்பதற்குப் பிரமாதமாக இருக்கும். நகைச்சுவைகள் எல்லாம் சொல்லி முடிப்பதற்கு முன்பே சிரித்து விடுவார். முக்கியமான சம்பவங்களைக் கேட்கும்போது குழந்தைகளுக்கு முகபாவம் மாறுமே அதுபோல் இவருக்கும் முகம் மாறும்.

ஜீவாவைப் பார்க்க என் மாமா அழைத்துக்கொண்டு போனார். ஹோட்டல் பையன்கள் இரண்டு முக்காலிகளை

எங்களுக்குக் கொண்டுவந்து போட்டார்கள். நாங்கள் உட்கார்ந்து கொண்டோம். அந்த நாட்களில் ஜீவாவை அநேகமாக ஒவ்வொரு நாளும் மாமா பார்த்து வந்தார். எனவே அவர் என்னிடம் சொன்னார், 'நான் வெளியே போய்விட்டு சிறிது நேரம் கழித்து வருகிறேன். நீ பயப்பட வேண்டாம். அவருடன் பேசிக்கொண்டிரு' என்று சொல்லிவிட்டுப் போய்விட்டார். தான் இருந்தால் ஜீவா தன்னுடனேயே அதிகம் பேசிக்கொண்டிருப்பார் என்று மாமா நினைத்திருக்கக்கூடும். அவர் திரும்பி வரும்வரை ஜீவா என்னை உற்சாகமாகப் பேச வைத்துக் கொண்டிருந்தார்.

அதுதான் முதல் சந்திப்பு இல்லையா?

ஆமாம். ஜீவா பற்றி எழுதிய கட்டுரையில்கூட அதைப் பற்றித்தான் சொல்லியிருந்தேன்.

ஆனால் நன்கு தெரிந்த ஒருவரைச் சந்தித்ததுபோல் அதில் எழுதப் பட்டிருந்ததே.

நேரில் சந்தித்தது அதுதான் முதல் தடவை. ஆனால் என் மாமா மூலம் அவரைப் பற்றி நான் நிறையத் தெரிந்து கொண்டிருந்தேன். என்.எஸ். கிருஷ்ணன், ஜீவா எல்லோரிடமும் எங்களைப் பற்றிச் சொல்லியிருந்தார். யார் வந்தாலும் எங்கள் வீட்டுக்கு அழைத்து வந்துவிடுவார். என் அம்மா அவர்களுக்கு ஏதாவது உணவு தயாரித்துத் தருவார். அவர்கள் இருந்து பேசிவிட்டு, சாப்பிட்டுவிட்டுப் போவார்கள். யாரும் தங்கியது இல்லை. என்னைப் பற்றியெல்லாம் ஜீவாவிடம் நிறையச் சொல்லியிருந்தார் மாமா. இவனுடைய அப்பா இவனை ரொம்பக் கட்டுப்படுத்துவார்; இவனுக்கு இந்த மாதிரியான விஷயங்களில் அதிக ஈடுபாடு இருக்கிறது என்றெல்லாம் ஜீவாவிடம் ஏற்கெனவே சொல்லியிருக்கிறார்.

ஜீவாவிடம் இன்னொரு குணம் இருந்தது. முன்னாலேயே தெரிந்திருக்க வேண்டும் என்றெல்லாம் கிடையாது. யாரிடம் பழகினாலும் நன்கு தெரிந்த ஒருவருடன் பழகுவதுபோலவே பேசுவார். அவர் முன்னால் நாம் சங்கோஜப்பட்டுக்கொண்டு உட்கார்ந்துகொண்டிருக்க முடியாது. எந்த சங்கோஜியையும் சிறிது நேரத்தில் வாயைக் கிண்டிப் பேச வைத்துவிடுவார். மிகக் குறுகிய காலத்தில் அன்னியோன்னியமாகப் பழக வைத்து விடுவார். அதன் பிறகு அவரை அடிக்கடிச் சந்தித்திருந்தேன். ஆனால் ஒரு தடவை கூட என் மாமா இல்லாமல் நான் தனியாகப் போகவில்லை. அதற்கான தைரியம் இருக்கவில்லை. ஆனால் போய்ப் பார்த்த சமயங்களில் நிறையப் பேசியிருக் கிறோம். புத்தகங்கள் படிக்க ஆரம்பித்தபின் அது பற்றி அவரிடம் சொல்லியிருக்கிறேன். அவருக்கு மலையாளம் அவ்வளவாகத்

தெரியாது என்பதால் நான் மலையாளத்தில் படித்தவை பற்றி ஆர்வமாகக் கேட்பார். தகழி பெயரை அவர் கேள்விப்பட்டிருந்தார். அவர் என்ன எழுதியிருக்கிறார் என்று கேட்பார். கேரளாவில் நிறைய தோழர்கள் இருந்தார்கள் அவருக்கு நண்பர்களாக. அதனால் அதுபற்றி நிறையக் கேட்பார். நான் என்ன புத்தகம் படித்தாலும் அதுபற்றி அவரிடம் பேசுவேன்.

அப்போதெல்லாம் அவர் ஒரு தடவை கூட என்னிடம் கம்யூனிசம் பற்றிப் பேசினதே கிடையாது. விஞ்ஞானம் பற்றிப் பேசுவார். நமது நாட்டில் விஞ்ஞான முன்னேற்றம் போதிய அளவு இல்லை. ஒரு சமூகத்தில் விஞ்ஞானம் வளர்ச்சியடைந்தால்தான் அந்த சமுதாயம் உயரும். மேல் நாட்டில் எல்லாம் விஞ்ஞானம் ரொம்ப வளர்ச்சி அடைந்திருக்கிறது. நம் நாட்டிலும் அப்படியான முன்னேற்றம் வரவேண்டும் என்பார். அந்தக் காலகட்டத்தில் பலருக்கு அப்படியான எண்ணம் இருந்தது. விஞ்ஞான முன்னேற்றத்தின் மூலம்தான் இந்தியா நல்ல நிலைக்கு வரும் என்று பலர் நம்பினார்கள். பல இடதுசாரிகள் அப்படி நம்பினார்கள். காந்தி முதலானோருக்கு அதில் சில சந்தேகங்கள் இருந்திருக்கலாம். நேரு போன்றோருக்கு விஞ்ஞான வளர்ச்சியில் ரொம்ப ஆர்வம் இருந்தது. இந்திய கம்யூனிஸ்ட் கட்சியில் பலர் நேருவின் பார்வையை மதித்தார்கள். பின்னால்தான் இந்தியக் கம்யூனிஸ்ட்களிடம் மட்டுமல்ல, பிற கட்சிகளிலும் வந்த இளைய தலைமுறையினரிடம் காந்தியின் கருத்துக்கள் முக்கியத்துவம் பெற்றன. அவர்மீது அவர்களுக்கு விமர்சனங்கள் இல்லாமல் இல்லை. ஆனால் இந்திய வாழ்க்கையைப் பொறுத்தவரை காந்தியின் அணுகுமுறை கணக்கிலெடுத்துக்கொள்ள வேண்டியதுதான் என்று அவர்கள் ஏற்றுக்கொண்டிருந்தார்கள்.

ஒரு உதாரணம் ராம் மனோகர் லோகியா. மற்றொரு உதாரணம் இ.எம்.எஸ். அவர் காந்தி பற்றி ஒரு புத்தகம் எழுதியிருக்கிறார். காந்தியின் கொள்கையிலிருந்து மாறுபட்டது தான் இ.எம்.எஸ்ஸின் பார்வை. அதில் சந்தேகமில்லை. ஆனால் அவர் காந்தி மேல் மிகுந்த மதிப்பு வைத்திருந்தார். அத்துடன் மூட நம்பிக்கைக்கு எதிராகவும் அடிக்கடிப் பேசுவார் ஜீவா. காங்கிரஸ் பற்றிப் பேசும்போது காங்கிரஸின் அரசியல் செயல்பாடுகள் பற்றி அதிகம் பேசாமல் நேரு பற்றி அதிகம் பேசுவார். விஞ்ஞான விஷயங்கள் பற்றிப் பேசுவார். நேருவின் புத்தகங்கள் பற்றிச் சொல்வார். நான் அப்போது அந்தப் புத்தகங்களைக் கண்ணால்கூடப் பார்த்திருக்கவில்லை. அதுபோல் அவருக்கு முக்கியமாகப் பட்ட இன்னொரு விஷயம் மனிதர்களின் உடல் ஆரோக்கியம் பற்றியது. சாதாரணமாக எந்த ஒரு அரசியல் தலைவரும் அது பற்றி அக்கறையோடு கேட்டு நான் பார்த்தது

சுந்தர ராமசாமி

கிடையாது. யார் வந்தாலும் கேட்பார், 'உடற்பயிற்சி செய்வதுண்டா? ஓடுவதுண்டா? நடப்பதுண்டா? என்னென்ன சாப்பிடுவாய்' என்றெல்லாம் கேட்பார். நன்றாகச் சாப்பிட வேண்டும்; நன்றாக உடற்பயிற்சி செய்ய வேண்டும்; நன்றாக உழைக்க வேண்டும் என்பார். தோழர்கள் ஆரோக்கியத்தை அசட்டை செய்வதைக் கண்டிப்பார்; சில சமயம் கேலி செய்வார்.

இங்கு நாகர்கோவிலில் நாற்பதுகளின் ஆரம்பத்தில் உடற் பயிற்சிக் கழகங்கள் பரவலாக இருந்தன. சென்னையில் கூட முப்பது நாற்பதுகளில்தான் உடற்பயிற்சி நிலையங்கள் நிறைய இருந்தன. வி.கேசவன் என்றொரு பயில்வான் எங்கள் ஊரில் இருந்தார். பளு தூக்குவதில் சாம்பியன் அவர். கிருஷ்ணன் கோவிலில் உடற்பயிற்சி நிலையத்தை ஆரம்பித்தார். இது போன்ற ஆட்களிடம் ஜீவாவுக்கு நெருங்கின நட்பு உண்டு. அடிக்கடி அந்த வி.கேசவனின் உடற்பயிற்சி நிலையத்துக்குப் போய் வருவார். அங்கு பலர் பளு தூக்கிக்கொண்டிருப்பார்கள். அதை ஆர்வத்துடன் பார்த்து ரசிப்பார். ஜீவா தானும் போய்த் தூக்குவார். உடம்பு 'கிண்' என்று இருக்க வேண்டும் என்று அவருக்கு ரொம்ப ஆசை உண்டு. வேறு அரசியல் தலைவர்களெல் லாம் இந்த மாதிரியான இடங்களுக்கு வரவே மாட்டார்கள்.

அதுபோல் ஜீவாவுக்குப் பிடித்த இன்னொரு விஷயம் வாலிபால். இலேசான விளையாட்டுகள், பேட்மின்டன், டென்னிஸ் போன்ற பணக்காரர்கள் விளையாடும் விளையாட்டு பற்றி அவர் என்னிடம் பேசியதே கிடையாது. அவருக்கு வாலிபாலில்தான் ரொம்ப ஈடுபாடு இருந்தது. எங்கள் பக்கத்தில் அந்த நாட்களிலெல்லாம் வாலிபால்தான் பரவலாக விளை யாடப்பட்டுவந்தது. கிராமங்களில் கூட வாலிபால் விளை யாடுவதைச் சர்வசாதாரணமாகப் பார்க்க முடியும். எங்கள் ஊரில் பிறந்து வளர்ந்த ஒரு விளையாட்டு வீரர் பெயர் சுலைமான். வாலிபாலில் சர்வதேச அளவில் மிகப்பெரிய புகழ் பெற்றார். வாலிபால் சுலைமான் என்றுதான் எல்லோரும் சொல்வார்கள். பல தேசங்களுக்கு ஆடுவதற்காக அவர் போனார்.

ஜீவா திருமணம் செய்துகொள்ளாமல் இருந்ததால் அவ ருக்குச் சமையல் செய்து தர யாரும் இருக்கவில்லை. யார் வீட்டிற்காவது அவர் போனால் உணவு தயாரிப்பவர்களிடம் இன்னின்ன உணவைச் செய்யுங்கள் என்று சொல்லுவார். அதன் பிறகு இன்னொரு விஷயமும் என்னிடம் அடிக்கடி சொல்லுவார், 'காலையில் சீக்கிரம் எழுந்திரிக்க வேண்டும். எழுந்ததும் ஒரு மணி நேரம் ஓட வேண்டும்' என்பார். 'ரோட்டில் ஓடும்போது எல்லோரும் சிரிப்பார்களே என்றெல்லாம் கவலைப்

படக் கூடாது. எந்த ஒரு நல்ல காரியத்தைப் பார்த்தாலும் இவர்கள் இப்படித்தான் சிரிப்பார்கள். அவர்கள் சிரித்துக் கொள்ளட்டும் என்று நீ உன் வேலையைச் செய்துகொண்டு வர வேண்டும்' என்பார். புத்தகங்கள் பற்றிப் பேசுவார். அவரைச் சந்தித்த நாட்களில் ஒருநாள் கூட அவர் பாரதியைப் பற்றி என்னிடம் சொல்லாமல் இருந்தது கிடையாது. ஏதாவது ஒரு விஷயத்தினுள் பாரதியைப் புகுத்திவிடுவார். பாரதி பற்றிப் பேசும்போது ரொம்ப ஆவேசமாகப் பேசுவார். பாரதியாரின் பல பாடல்கள் அவருக்கு மனப்பாடமாகத் தெரிந்திருந்தது. முக்கியமாக அவருக்கு விருப்பமான பாடல்கள் எல்லாமே அவருக்கு மனப்பாடமாகத் தெரிந்திருந்தது.

சொல்லும்போது ஏதோ நாற்பதாயிரம் ஐம்பதாயிரம் பேர் கூடியிருக்கிற சபையில் எல்லோருக்கும் கேட்க வேண்டும் என்பதற்காகச் சத்தம் போட்டுச் சொல்வார்களே – ஒலி பெருக்கிகள் இல்லாத காலம் – அதுபோல் பேசுவார். அவருக்குப் பேசுவதைவிட முழங்குவதுதான் பிடிக்கும். எப்படியும் எனக்கு பாரதிமேல் ஈடுபாடு வர வைத்துவிட வேண்டும் என்று ஆசைப்பட்டார். அதன் பிறகு எனக்கு உடல் ஆரோக்கியம் இருக்க வேண்டும். நோய் நொடியில்லாமல் இருக்க வேண்டும். எனவே அது பற்றியெல்லாம் என்னிடம் சொல்ல வேண்டும் என்று அவர் மனதில் ஒரு தீர்மானம் இருந்தது. விளையாடவே முடியாதவனாகியிருந்தேன் நான். அது அவருக்குத் தெரிந்திருந் தது. ஆரம்பத்தில் எனக்கு விளையாட்டில் ஆர்வம் இருந்திருக் கிறது; அதன்பின் நோய்வாய்ப்பட்டதும் என்னுடைய பார் வையே மாறிவிட்டது என்று அவர் நினைத்தார். சோம்பேறி களின் பழக்கவழக்கங்கள் என்மீது படிந்துவிட்டதாக நினைத்தார். திரும்பவும் நான் அதைப் புதுப்பித்துக்கொள்ள வேண்டும். முட்டாள்தனமாக தானாகவே உடற்பயிற்சி செய்ய ஆரம்பிக் காமல் டாக்டரிடம் கேட்டுக்கொண்டு செய்ய ஆரம்பிக்க வேண்டும் என்றும் சொல்வார்.

விஞ்ஞான அறிவு அவருக்குக் குறைவாக இருந்திருக்கலாம். ஆனால், விஞ்ஞானத்தின் பேரில் அவருக்கு ஒரு நம்பிக்கை, ஆசை, ஒருவிதமான கனவு அபரிமிதமாக இருந்தது. நாம் சின்னச் சின்ன விஷயங்கள் செய்வதற்குக்கூட ஏகப்பட்ட உழைப்பையும் நேரத்தையும் வீணாக்குகிறோம். அவற்றையெல் லாம் வேறுவிதமாகச் செய்ய முடியும். மற்ற தேசங்களில் அவை நடைபெற்றுவருகிறது. அவற்றையெல்லாம் நான் தெரிந்துகொள்ள வேண்டும் என்று அவர் விரும்பினார். நான் எழுத்தாளனாக வருவேன் என்றெல்லாம் அவர் நினைத்திருக்க வேயில்லை. பாரதியைப் படி என்று திரும்பத் திரும்பச் சொல்லி யிருக்கிறார். பாரதியைப் படிப்பதில் எந்தவிதப் பிரச்சினையும்

கிடையாது என்று உற்சாகப்படுத்துவார். வெறுமனே பாட்டைப் படித்தால் மட்டும் போதாது. மனப்பாடம் செய்துகொண்டுவிட வேண்டும். ஒரு வாரத்துக்கு ஒரு பாட்டு என்று வைத்துக் கொண்டு மனப்பாடம் செய்துவிட வேண்டும். அதுகூடப் போதாது. உன் மாமா சொல்லியிருக்கிறார், உன் வீட்டில் பின்பக்கம் மரங்கள் உண்டு என்று. நிறைய காலி இடம் இருக்கிறது. மரத்தடிக்குப் போய் ஒரு முக்காலியைப் போட்டு அமர்ந்துகொண்டு அந்தப் பாடல்களைக் கத்திப் பாட வேண் டும். அப்படிப் பண்ணினால்தான் பாட்டு உன் உடம்புக்குள்ளே யும் போகும். மூளைக்குள் மட்டும் அந்தப் பாட்டு போய் பிரயோஜனமில்லை. ரத்தத்தில் கலந்து உணர்ச்சியாக மாற வேண்டும். அப்படிப் பாடினால்தான் அந்தப் பாட்டின் அருமை உனக்குத் தெரியவரும். உன் அறிவு பற்றி நீ கவலைப்பட வேண்டாம். உனக்குத் தேவையான அறிவுகள் எல்லாம் அந்தப் பாட்டுக்குள்ளேயே இருக்கிறது என்று சொல்லுவார்.

ஜீவா பேரில் இருந்த தடையை எடுத்துவிட்டார்கள். அதன் பின் அவர் பெரும்பாலும் எங்கள் ஊரில் இல்லாமல் ஆகி விட்டார். ஆனால் அவர் அதிகமாகப் பேசியது எங்கள் ஊரில்தான் என்று நினைக்கிறேன். பல கூட்டங்களுக்கு நான் என் மாமாவுடன் போயிருக்கிறேன். கம்யூனிஸ்ட் கட்சியைத் தடைசெய்துவிடுவார்கள் என்ற பேச்சு அடிபட்டபோது ஜீவா தலைமறைவு வாழ்க்கைக்குப் போய்விட்டார். ஆனால் அவர் நாகர்கோவிலுக்கு வந்தால் அவரது கூட்டத்துக்கு நானும் என் மாமாவும் போய்விடுவோம். ஜீவா என்னைக் கொஞ்சங்கூட மறக்கவில்லை என்பது தெளிவாகத் தெரிந்தது. இது மிகுந்த மன நெகிழ்ச்சியைத் தருவதாக இருந்தது. நான் கூட்டத்தில் முன் வரிசையில் அமர்ந்திருப்பேன். கூட்டம் ஆரம்பிக்கும்போது முதலில் யாராவது சிறிய பேச்சாளர் ஒருவர் பேசுவார். அவர் ஏதாவது அசட்டு ஹாஸ்யம் சொல்வார். நானும் மாமாவும் சிரிப்போம். அப்போது ஜீவாவும் எங்களைப் பார்த்துச் சிரிப்பார். அதன்பின் கூட்டம் முடிவதுவரையிலும் நாங்கள் இருந்தால் போகும்போது எங்களைப் பார்த்துச் சிரித்தபடியே விடை பெற்றுக்கொள்வார். அவருடன் அப்போது பத்து இருபது பேர் இருப்பார்கள்.

சாதாரணமாகவே அவருடன் எப்போதும் இரண்டு மூன்று பேர்களேனும் இருப்பார்கள். அதில் முக்கியமான ஒருவரது பெயர் சி.பி. இளங்கோ. ஜீவாவின் நண்பர். அவர் தீவிர கம்யூனிஸ் டாக இருந்தார். பின்னாளில் அவரது பார்வைகள் முற்றாக மாறிவிட்டிருந்தன. ரொம்பவும் கன்சர்வேட்டிவ்வாக மாறியிருந் தார். என்னைப் பார்க்க மாதத்திற்கு ஒன்றிரண்டு தடவையேனும் வருவார். நான் அவரிடம் ஜீவாவுடனான அவரது நட்பு

பற்றிக் குறிப்புகள் எழுதலாமே என்றேன். ஆமாம் நானும் நினைத்துக்கொண்டிருக்கிறேன்; ஆரம்பிக்க வேண்டும் என்று சொல்வார். அப்படிச் சொன்னபோது அவரது குரலில் சுரத்து இருந்தது. ஆனால் அவர் எதுவும் எழுதவேயில்லை.

எந்த கூட்டம் என்றாலும் ஜீவானந்தம், இளங்கோ என்று இருவரது பெயரும் விளம்பரத்தில் இருக்கும். நானும் என் சிறிய மாமாவும் ஜீவா நன்றாகப் பேசுகிறாரா இளங்கோ நன்றாகப் பேசுகிறாரா என்று தர்க்கம் செய்துகொள்வோம். அதிலிருந்தே நாங்கள் எந்த நிலையில் இருந்தோம் என்பதை ஒருவர் நன்கு தெரிந்துகொண்டுவிட முடியும். இந்த விஷயம் பற்றி அப்படி ஒரு தர்க்கம் வந்தது என்றால் பேச்சை மதிப்பிடும் திறமை எங்கள் இருவருக்கும் துளிகூட இல்லை என்றுதான் அர்த்தம். ஜீவாவின் பேச்சுடன் இளங்கோவின் பேச்சை ஒப்பிடவே முடியாது. ஜீவாவின் பேச்சின் வீச்சு, அவர் பேச்சில் வெளிப்படும் கும்மாளம், சபையை அணைத்துக்கட்டி வசீகரிக்கும் திறன், மொழிமேல் அவருக்கு இருந்த அபார பிடிப்பு... திடீர் திடீரென்று பல விஷயங்களை மேற்கோளாகக் காட்டுவது... காண்டேகரின் பொன்மொழிகள் வந்த வண்ணமாக இருக்கும். திருக்குறளிலிருந்து மேற்கோள் காட்டுவார். பாரதியின் வரிகளை அற்புதமாக மனதில் பதியும்படி முழங்குவார். அன்றெல்லாம் கூட்டங்கள் நான்கு மணிநேரம் நடக்கும். நிச்சயம் இரண்டரை மணி நேரம், மூன்று மணிநேரத்துக்குக் குறையாமல் நடக்கும். அவ்வளவு நேரம் பேச வேண்டும் என்றால் பார்த்துக் கொள்ளுங்களேன். தொண்டை கட்டுவது என்ற சமாச்சாரமே கிடையாது.

ஒரு தடவை எங்கள் ஊரில் இருக்கும் கோர்ட் ரோடு வழியாகப் போய்க்கொண்டிருந்தேன். போகும் வழியில் ஆலன் மெமோரியல் ஹால் ஒன்று இருந்தது. ஒரு பெரிய வீட்டின் முன் பக்கத்தில் கொஞ்சம் பேர் கூட்டமாக நின்றுகொண்டிருந்தார்கள். ஜீவானந்தம் வரப் போகிறார் என்றார்கள். எதுக்கு என்று கேட்டேன். பாரதிபற்றிப் பேசப்போகிறார் என்றார்கள். பொதுவாகக் கூட்டங்கள் முனிசிபல் மைதானத்தில்தான் நடக்கும். அன்றுகூட அங்கு நடக்கவிருந்த ஒரு கூட்டத்தில் பேசுவதற்காகத்தான் அவர் வந்திருந்தார். அந்தக் கூட்டம் இரவு ஏழு மணிக்கோ, எட்டு மணிக்கோ ஆரம்பமாக இருந்தது. அவர் இங்கு வந்த சந்தர்ப்பத்தைப் பயன்படுத்திக் கொண்டு சிலர் பாரதிபற்றிப் பேச கோர்ட் ரோடில் ஒரு கூட்டம் ஏற்பாடு செய்திருந்தனர். இங்கு பேசிவிட்டு முனிசிபல் மைதானத்துக்குப் போய் அங்கும் பேசுவதாக இருந்தது. கோர்ட் ரோடு ஹாலில் அந்தக் கூட்டம் மாலை ஐந்தரை மணி வாக்கில் ஆரம்பமானது. அந்த ஹால் முழுமையாக நிறைந்துவிட்டிருந்தது. மொத்தம்

ஐம்பது பேர் இருப்பார்கள். நான் போய்த் தரையில் அமர்ந்து கொண்டேன். கொஞ்ச நேரத்தில் ஜீவா வந்தார். அவருடன் வேறு தலைவர்கள் யாரும் வரவில்லை. அவர் மட்டும் தனியாக வந்திருந்தார். ஒரு முக்காலி போட்டிருந்தார்கள். அதில் அமர்ந்து கொண்டார். சற்று நேரத்தில் ஒருவர் முன்னால் வந்து நீங்கள் பேசலாம் என்றார். ஜீவா பேச ஆரம்பித்தார். கிட்டத்தட்ட ஒரு மணி நேரம் பேசினார். ரொம்ப அற்புதமான பேச்சு. உற்சாகமும் கும்மாளமும் சந்தோஷமும் அவரைப் போட்டு அப்படி அலைக் கழித்தது. எங்கள் ஊரில் இருந்த இலக்கிய, சமூக விஷயங்களில் ஆர்வம் கொண்ட அவ்வளவு பேரின் முகத்தையும் அவரால் அடையாளம் கண்டுகொள்ள முடியும். அவர்கள் தரும் உற்சாகமான எதிர்வினை அவரை மேலும் உற்சாகப்படுத்தியது. எங்கள் ஊரில் இருந்த எல்லா கட்சிக்காரர் களுக்கும் காங்கிரஸ்காரராக இருந்தாலும் சரி, தி. க. க்காரராக இருந்தாலும் சரி, தி. மு. க. க்காரராக இருந்தாலும் சரி எல்லாருக் கும் அவரை ரொம்பப் பிடிக்கும். அவர்களுடன் தனிப்பட்ட முறையில் மிகவும் நல்ல உறவு வைத்துக் கொள்வார். அவர்களுக்குப் பிற கம்யூனிஸ்ட்களை அந்த அளவுக்குப் பிடிக்காது.

நானும் மாமாவும் கிட்டத்தட்ட பத்து வருடங்கள் அரசியல் கூட்டங்கள் ஒன்றுகூட விடாமல் போய்வந்தோம். என்னுடைய இருபத்திரண்டு இருபத்துமூன்று வயது வரையும் என்னுடைய முக்கியமான வேலையே பாரபட்சமில்லாமல் எல்லாக் கூட்டங் களுக்கும் போவதுதான். கொஞ்சம் வயதான பிறகு ஜீவாவின் பேச்சுத் திறமை பற்றிப் பலதடவைகள் யோசித்துப் பார்த்திருக் கிறேன். கூறுபடுத்திப் பார்த்தபோது அந்தப் பேச்சில் கிட்டத் தட்ட நாற்பது ஐம்பது அம்சங்கள் இருப்பதாகப் பட்டது. பேச்சுப்பாணி மிகுந்த கற்பனையும் நாடகப்பாங்கும் கொண்டது. உதாரணமாக நாஞ்சில் நாட்டில் கடுக்கரை கிராமத்தில் இருக் கும் பெண்கள் ஆண்களை மட்டம் தட்டுவது பற்றிச் சொல் கிறார் என்று வைத்துக் கொள்வோம். டக்கென்று பேச்சைக் கிராமத்துக் கொச்சை வழக்குக்கு மாற்றிக்கொண்டுவிடுவார். அப்புறம் அதன் பிறகு நல்ல தமிழுக்குப் பேச்சு மாறும். கேலி, கிண்டல் இடையிடையே வரும். அதன் பிறகு பதிலடி, சுளீரென்று சாட்டையைச் சொடுக்குவது போல் பதில் சொல் வது இருக்கிறதே, ரொம்பப் பிரமாதமாக இருக்கும்.

இ. எம். எஸ். ஆட்சிக்கு வந்திருந்த சமயம். யார் அதிகாரத்துக்கு வந்தாலும் ஏதாவது ஒரு சந்தர்ப்பத்தில் துப்பாக்கிப் பிரயோகம் செய்ய வேண்டிய இக்கட்டு உருவாகிவிடும். இ. எம். எஸ். முதலமைச்சராக இருந்தபோதும் ஒருமுறை துப்பாக்கிப் பிரயோ கம் நடந்தது. ஒருநாள் ஜீவாவை ஒருவர் ஒரு கூட்டத்தில் மடக்கிக் கேட்டார், உங்களுடைய ஆட்சி வந்த பிறகும் துப்

பாக்கிப் பிரயோகம் பண்ணியிருக்கிறீர்களே, இரண்டு அப்பாவிகள் இறந்துவிட்டார்களே என்று கேட்டார். உடனே சட்டென்று ஜீவா கேட்டார், துப்பாக்கிக்குக் கண் உண்டா, அதற்கு மாமன் மச்சான் உறவுண்டா என்று. இதைவிடவும் பிரமாதமான பதிலடிகளையெல்லாம் அந்தந்த நிமிஷங்களிலேயே சொல்லியிருக்கிறார்.

அது மாதிரிப் பேசும்போது ஆளுமைகளின் பிம்பங்களை நம் மனதில் ரொம்ப அழகாகவும் ஆழமாகவும் செதுக்கிவிடுவார். தான் சந்தித்த தலைவர், அல்லது கவிஞர், அல்லது பெரிய பதவிகளில் இருப்பவர்கள், புகழ்பெற்றவர்கள் யாரைப் பற்றி யாவது பேசுகிறார் என்றால் நம் மனதில் அந்தத் தலைவரது உருவத்தை எழுப்பிவிடுவார். அதுமாதிரி ஒரு விஷயத்திலிருந்து இன்னொரு விஷயத்துக்குப் போகும்போது எந்தவித நெருடலும் உறுத்தலும் இல்லாமல் போய்விடுவார். பாரதி பற்றிப் பேசும்போது அவரது பெண்ணுரிமைக் கருத்துக்களுக்கு அதிக முக்கியத்துவம் தந்து பேசுவார். சுதந்திர உணர்வு, மொழி உணர்வு, இவற்றையெல்லாம் வற்புறுத்திப் பேசுவார். பாரதி பற்றிய கூட்டத்தில் வந்து பேசும்போது கம்யூனிசம் என்ற வார்த்தையே உச்சரிக்காமல் பேசுவார். இருந்தாலும் கம்யூனிசக் கருத்துகளை வலுப்படுத்துவதாகவே அது இருக்கும். என்ன விதமான கருத்துகள் ஒருவன் மனதில் உருவானால் அவன் கம்யூனிசம் பக்கம் போவானோ அந்தக் கருத்துகள் பற்றிப் பேசுவார். நேரடியாக அந்த விஷயங்களைச் சொல்லமாட்டார். கட்சிக் கூட்டங்களில்தான் அதற்கான மொழியில் அந்த விஷயங்களைப் பற்றிப் பேசுவார். பொது மேடைகளில் அந்த பேச்சே இருக்காது.

எப்போதாவது கட்சிக்கு எதிரான விமர்சனங்கள் வரும்போது அந்த விமர்சனங்களை அவரே தொகுத்து வலுவாகச் சொல்லுவார். அப்படிச் சொல்லும்போது கட்சி மாறிவிட்டாரோ என்ற சந்தேகம் வந்துவிடும். அதற்குப் பின் ஒவ்வொரு வாதத்திற்கும் பதில் சொல்லி அந்த வாதங்களை முறியடித்துக்கொண்டே போவார். தேசியக் கட்சியான காங்கிரஸை எப்படி எதிர்க்கலாம்? ஏன் ஒரு பாலத்தில் ரயிலைக் கவிழ்த்தார்கள்? பலரும் ரொம்ப மிகைப்படுத்திப் பல விஷயங்களைச் சொல்கிறார்கள். ஒரு பெரிய மக்கள் சக்தி ஒன்று சேர்ந்து வரும்போது எல்லோரும் ஒரே மாதிரி செயல் படுவார்கள் என்று சொல்ல முடியாது. சின்னச் சின்ன தவறுகள் செய்துவிடுவார்கள். மக்கள் உணர்ச்சி வசப்பட்டு செயலாற்றத் தொடங்கும்போது அவர்களைக் கட்டுப்படுத்துவது கடினம் என்பார். இப்படி எல்லாவற்றுக்கும் ஒரு பதில் அவர் வைத்திருப்பார். அந்த பதில்களில் அறிவு வாதியின் மெத்தப் படித்த தன்மையில்லாமல் ஒருவித நாடோடித்

தன்மை இருக்கும். அப்புறம் தங்குதடையற்ற தன்மை, சொற்கள் அருவிபோல் வந்து கொட்டும் அழகு, மொழிமீது இருக்கும் கட்டுப்பாடு என அவருக்குப் பல திறமைகள் இருந்தன.

ம.பொ.சி. பேசும்போது கொச்சையே வராது. அவர் பேசுவதை அப்படியே அச்சுக்கோத்துப் புத்தகமாக வெளியிட்டு விடலாம். எல்லா வாக்கியங்களையும் முழுமைப்படுத்தி சிதைவோ சேதமோ இல்லாமல் பேசுவார். ஜீவா பேசும்போது உணர்ச்சிப் பெருக்கில் ஒரு வாக்கியத்தைப் பாதியில் விட்டு விட்டு அடுத்த வாக்கியத்திற்குப் போய்விடுவார். மனதுக்குள் நாமே பூர்த்தி செய்துகொள்ள வேண்டிவரும். கொச்சையாகப் பேசுவார். ஏற்ற இறக்கங்கள் பிரமாதமாக இருக்கும். பேசும் விஷயங்கள் சார்ந்து இந்த மாற்றங்கள் இயற்கையாக நிகழும். அதுபோல் சட்டென்று குரலைத் தணித்து ஒரு ஆளுடன் அந்தரங்கமாக ரகசியம் பேசுவதுபோல் பேசத் தொடங்கி விடுவார். கேட்பவர் மனதில் அந்த தொனி மாற்றம் அற்புதமான உணர்வுகளை ஏற்படுத்தும். யாருக்குமே தெரிந்திராத ஒரு ரகசியத்தைக் கூட்டத்தினருடன் பகிர்ந்துகொள்ளும் தொனியில் சொல்வார். அவரால் பேசக்கூட முடியாத அளவுக்கு மனதைப் பாதித்த ஒரு விஷயத்தைப் பக்கத்தில் இருப்பவருடன் பகிர்ந்து கொள்ளும் தொனியில் அப்படிப் பேசுவார். அவரது திறமைகள் ரொம்பவும் அதிகமானவை. சின்ன வயதிலேயே இதுமாதிரியான திறமைகள் அவரிடம் கூடி வந்திருந்தன. பிரக்ஞை பூர்வமாக இந்தத் திறமைகளை வளர்த்துக் கொண்டாரா என்று தெரிய வில்லை. அப்புறம் அவருக்கு இருந்த அபார உத்வேகம். தொடர்ந்து கூட்டங்கள் நடந்துகொண்டேயிருக்கும். ஒரு நாளைக்கு ஒன்று இரண்டு என்று மாதம் முழுவதும் கூட்டம் நடந்த சந்தர்ப்பங்கள்கூட உண்டு. இவரும் சளைக்காமல் பேசுவார்.

உணவு வகைகளை விரும்பிச் சாப்பிடுவார். இனிப்பு வகைகள் மீது மிகுந்த ஆசையுண்டு. கொஞ்சம் அதிகமாகவே சாப்பிடுவார் என்று சொல்லலாம். பாரதி கூட்டம் நடந்தது பற்றிச் சொன் னேனே. அன்று அதற்கடுத்தாற்போல் முனிசிபல் மைதானத்தில் கூட்டம் நடக்கவிருந்தது. பத்து பேர் அவருடன் கூடவே வந்தார்கள். அவர் எப்போதும் எங்கும் கூடுமானவரையிலும் நடந்துதான் போவார். கோட்டாற்றில் மீட்டிங் நடப்பதாக இருந்தாலும் அவர் தங்கும் ஹோட்டலிலிருந்து நடந்துதான் போவார். போகும் வழியில் கடைகளில் இருப்பவர்களைப் பார்த்துச் சிரிப்பார். கொஞ்சம் நெருக்கமாகத் தெரிந்தவராக இருந்தால் அருகில் சென்று, 'என்ன அண்ணாச்சி சௌக்கியமா' என்று கேட்பார். ஒரு டாக்சி பிடித்துப் போவது, நண்பருடைய காரை வாங்கிக்கொண்டு போவது இவையெல்லாம் கிடையவே

கிடையாது. இவர் இங்கு இருக்கும் போது வழக்கமாக இரண்டு மூன்று ஹோட்டல்களில்தான் சாப்பிடுவார். கூட்டம் நடக்கும் நாட்களில் அவரை அங்கு அழைத்துக் கொண்டு போவார்கள். நாங்களும் அவர் கூடவே போவோம். அவர் உள்ளே போய்ச் சாப்பிடுவார். நாங்கள் இருபது இருபத்தைந்து பேர் வெளியில் காத்துக்கொண்டு நிற்போம். அவருடன் கூட இருக்கும் சின்னப் பையன் வந்து செல்லமாகச் சொல்லுவான், ‘அவர் ஒவ்வொரு ஐட்டமாகக் கேட்டு வாங்கிச் சாப்பிட்டு முடிப்பதற்குள் ஒரு மணி நேரம் ஆகுமே. நீங்கள் வேண்டுமானால் மைதானத்துக்குப் போய்க்கொள்ளலாமே’ என்பான். அது உண்மைதான். அவர் சாப்பிட்டு முடிக்க ஒரு மணி நேரம் ஆகும். அப்படி அதிகமாகச் சாப்பிட்டது பின்னாளில் அவருக்கு நீரழிவு நோய் வரக் காரணமாக இருந்திருக்கலாம்.

டாக்டர்கள் உணவை எந்த அளவுக்குக் கட்டுப்படுத்த வேண்டும் என்று சொன்னார்களோ அந்த அளவுக்கு அவரால் கட்டுப்படுத்த முடியவில்லை. அவருக்கு வேறு விஷயங்களில் ஆசையிருந்தன என்று சொல்வதற்கில்லை. புத்தகங்கள் மீது அளவு கடந்த பிரியம். அறிவின் சகல துறைகள் மீதும் அவருக்குப் பிரமிப்பு உண்டு. Sense of wonder அவருக்கு மிக மிக அதிகம். மற்றபடி நல்ல உடுப்புகள் அணிவதிலோ தங்கும் இடத்தில் இருக்கும் வசதிகள் குறித்தோ அவருக்கு எந்த அக்கறையும் இருந்ததே கிடையாது. கையில் காசில்லை என்ற விசாரம் அவரை அலட்டியதே இல்லை. அவருக்குக் கட்டாயத் தேவை என்று எதுவுமே கிடையாது. மதுரைக்கு நாளைக்கு மத்தி யானத்துக்குள் போக வேண்டும் என்றால் ஒரு லாரியில் டிரைவருக்குப் பக்கத்தில் உட்கார்ந்துகொண்டு போய்ச் சேர்ந்து விடுவார். பல தடவைகள் உண்மையாகவே இப்படிச் செய்திருக்கிறார்.

நண்பர்களிடமிருந்து புத்தகங்கள் வாங்கிக்கொள்ளுவார். அவருக்குப் பிடித்தமான புத்தகம் என்றால் திரும்பப்பெறுவது இலேசில் நடக்கக்கூடிய காரியமாக இராது. பாரதியின் புத்தகம் எதுவாக இருந்தாலும் அவர் வாங்கிக்கொண்டு போய்விடுவார். ஏதாவது ஒரு அரசியல் கட்சியைச் சேர்ந்தவர்கள் பாரதியை விமர்சித்து ஏதாவது வெளியிட்டிருப்பார்கள். அதை வாங்கிப் படித்துவிட்டு கூட்டங்களில் அவர்களுடைய விமர்சனத்துக்குப் பதில் சொல்லுவார். பயங்கரமாகக் கிண்டலடிப்பார் பாரதியை விமர்சித்திருப்பவர்களை. தமிழக அரசு வெளியிட்ட பாரதி நூல்கள் மூன்று தொகுதிகள் என்னிடமிருந்து வாங்கிக் கொண்டு போனார். நான் அவருக்குப் பல புத்தகங்கள் தந்திருக்கிறேன். எதையுமே திரும்பப் பெற்றதில்லை. இது இவரிடமே இருக்கட்டும் என்று நினைத்துக்கொண்டுவிடுவேன். ஆனால் பாரதி புத்தகங்

களை மட்டும் ஏனோ தர மனம் வரவில்லை. இரண்டு மூன்று தடவை திருப்பித் தரும்படி கேட்டேன். 'தர்றேனே. அடுத்த தடவை வரும்போது தர்றேன்' என்று சொல்லிவந்தார். அதன்பிறகு ஜீவாவுக்கு வேண்டிய ஒரு நண்பர் – அவர் எனக்கும் நெருக்கமான நண்பராக இருந்தார் – 'நீங்கள் இனிமேல் அந்தப் புத்தகம் பற்றி அவரிடம் கேட்க வேண்டாம்' என்று சொன்னார். சரியென்று விட்டுவிட்டேன்.

அவர் படித்தவற்றில் அவருடைய முற்போக்கான மனோ பாவத்துக்கு முரண்பாடான ஒன்றாக எனக்குத் தோன்றியது காண்டேகரின் நாவல்களை அவர் விரும்பிப் படித்ததுதான். வேறு சிறுகதைகள், நாவல்கள் எல்லாம் அவர் படிப்பதை நான் பார்த்ததில்லை. காண்டேகர் பயன்படுத்திய உவமைகள், புரட்சிகரமான வசனங்கள் இவற்றை அடிக்கடி ஜீவா மேற்கோள் காட்டுவார். வேறு பல தலைவர்கள், பிறரது வாக்கியத்தை மேற்கோள் காட்டும்போது தங்களுடையது போலவே சொல் வதுண்டு. பல பேர் அப்படிச் செய்வதைக் கவனித்திருக்கிறேன். ஆனால் ஜீவா ஒரு தடவைகூட அப்படிச் செய்ததை நான் பார்த்ததேயில்லை.

சின்ன குக்கிராமம் ஒன்றில் பேசுவதாக இருந்தாலும் சரி அந்த கிராமத்தினருக்குக் காண்டேகர் யார் என்பதுகூடத் தெரிந்திருக்காது; காண்டேகரின் வரியைத் தன்னுடைய வரியாகச் சொன்னால் யாருக்கும் தெரியப்போவதும் கிடை யாது; ஆனால் எப்போதெல்லாம் அவரது வரிகளை மேற் கோள் காட்டுகிறாரோ அப்போதெல்லாம் மராட்டியில் எழுதும் நாவலாசிரியரான காண்டேகர் இப்படிச் சொல்லியிருக்கிறார் என்று சொல்வார் ஜீவா. அவர் சொல்வதைப் பார்த்தால் இந்தியாவிலேயே காண்டேகர்தான் முக்கியமான எழுத்தாளர் என்பது போல் தோன்றும். திரும்பத் திரும்ப அதைச் சொல்லு வார். கேட்பவர்களில் யாராவது ஒருவன் போய் காண்டேகரின் புத்தகங்களைப் படிக்க ஆரம்பிப்பான்; இப்படித்தான் நாம் மக்களை விழிப்புணர்வு அடையச் செய்ய முடியுமே தவிர வேறு வழியே கிடையாது என்பது அவரது நம்பிக்கையாக இருந்தது. மக்களைக் குறிப்பிட்ட விஷயத்துக்குத் தயார்படுத்து வது என்பதுதான் அவரது ஒரே நோக்கமாக இருந்தது.

நான் கட்சியின் அனுதாபியாக உருவாகியிருந்தபோது ஜீவா இங்கு இருக்கவில்லை. தமிழ்நாட்டில் வேறு ஊர்களில் இருந்தார். அதிகமும் சென்னையில் இருந்தார். நான் இங்கு பார்த்துப் பழகியது எல்லாம் வேறு தோழர்கள் கூடத்தான். அதன் பிறகு அவர் இங்கு வந்தார். கட்சி ஆபீசில் அடிக்கடிச் சந்தித் தேன். கட்சி ஆபீஸ் என்றால் ரொம்பச் சின்ன அறை அவ்வளவு தான். அந்த இடத்தையும் அடிக்கடி மாற்ற வேண்டி வரும்.

ஏதாவது சொல்லி விரட்டிவிடுவார்கள். கம்யூனிஸ்ட் கட்சி அலுவலகம் என்று கேட்டால் யாரும் வாடகைக்கு இடம் தரமாட்டார்கள். எனவே சும்மா ஒரு அலுவலகம் என்று சொல்லித்தான் வீடு வாடகைக்கு எடுப்பார்கள். நாளடைவில் பல ஆட்கள் வந்து போவதைப் பார்த்ததும் காவலர்களுக்கு விஷயம் தெரிந்துவிடும். வந்து வீட்டின் உரிமையாளரை மிரட்டி விட்டுப் போவார்கள். அவரும் உடனே வீட்டைக் காலி பண்ணச் சொல்லிவிடுவார். வேறு இடம் பார்த்துப் போக வேண்டிவரும். அந்த சிறிய கட்சி அலுவலகத்துக்கு இ.எம்.எஸ். வந்திருக்கிறார். ரணதிவே வந்திருக்கிறார். ஜோதிபாசு வந்திருக்கிறார். தங்கமணி வந்து தங்கியிருக்கிறார். எந்த அடிப்படை வசதியும் கிடையாது. அவர்களின் எளிமை, அர்ப்பண உணர்வு வேறு யாரிடமும் நான் பார்த்ததில்லை.

எளிமை என்றால் மிகக் கொடுமையான எளிமை. சிலர் பெரிய குடும்பத்திலிருந்து வந்திருப்பார்கள். நிறைய படித்திருப்பார்கள். பெரிய பட்டங்கள் இருக்கும். அதற்கான தலைக் கனமோ, தோரணைகளோ, அகம்பாவமோ கொஞ்சம் கூட இருக்காது. தங்கமணியின் எளிமையையும் அர்ப்பண உணர்வையும் பார்த்து நான் வியந்திருக்கிறேன். ஆதித்தனாரின் மனைவியும் தங்கமணியின் மனைவியும் சகோதரிகள் என்று யாரோ சொன்னது நினைவிருக்கிறது. தங்கமணி பார் –அட் – லா. ஆங்கிலம், தமிழ் நன்றாகத் தெரியும். அவர் தோழர்களுக்கு வகுப்பெடுப்பார். கூட்டங்களில் பேச அவருக்கு ஓடாது. அளவுக்கு அதிகமாக மௌனமாக இருப்பார். அது நமக்குச் சிறிது ஏமாற்றமாக இருக்கும். தேநீர் குடித்துக்கொண்டே சுருட்டுப் பிடிக்கும்போது தான் உலக இன்பத்தில் அவருக்கு ஒரு பற்றுதல் இருப்பது போலிருக்கும். கட்சி அலுவலகத்தில் அவரைப் பார்த்தால் ஏதோ சாதாரண குடும்பத்திலிருந்து வந்தவர்போல்தான் இருப்பார். அவர்களது தத்துவத்தைவிட சக மனிதர்களுடன் அவர்கள் வைத்திருக்கும் உறவு எனக்கு மிகவும் உவப்பானதாக இருந்தது. ஆனால் யாராவது அபிப்பிராய பேதம் ஏற்பட்டு கட்சியை விட்டு விலகினால் விலகியவர்களை ரொம்ப கஷ்டத்துக் குள்ளாக்குவார்கள். அந்தக் குணம் இப்போதும் இருக்கிறதா, இல்லையா தெரியவில்லை. அன்று அதிகமாக இருந்தது.

ஜீவாவின் முன்னுரிமை கட்சி மாநாடுகளுக்குப் போவது, கூட்டங்களில் பேசுவது இவற்றுக்குத்தான். அவருடன் பழகியதிலிருந்து என்ன தெரிந்ததென்றால் – எனக்கு உள்கட்சி விவகாரங்கள் பற்றி அவ்வளவாகத் தெரியாது – ஜீவாவுக்கு உள்கட்சிச் செயல்பாடுகளில் அவ்வளவாக ஈடுபாடு இருந்ததில்லை என்பதுதான். உள்கட்சி செயல்பாடுகளில் ஈடுபாடும் திறமையும் இருப்பர்கள்தான் பின்னாட்களில் அதிகாரத்துக்கு வர முடியும்

என்று நினைத்தேன். இந்த மாதிரி பிரச்சாரம் பண்ணக்கூடிய வர்களுக்கு அதிகாரத்தில் பெரிய பங்கு வகிக்க முடியாது. நாம் நினைப்போம் கம்யூனிஸ்ட் கட்சி ஆட்சிக்கு வந்ததென்றால் ஜீவாதான் முதலமைச்சராக வருவார் என்று. எங்களைப் போன்ற ஆட்களுக்கெல்லாம் அப்படியான எண்ணம்தான் இருந்தது. ஆனால் எனக்குப் பின்புதான் தெரிந்தது அப்படியெல்லாம் அவரால் வர முடியாது. வேறு சில ஆட்கள் கட்சிக்குள் இருக்கிறார்கள். அவர்கள்தான் வர முடியும். இவருக்கு ஏதாவது ஒரு துறை தருவார்கள். அதைப்பற்றி பின்பு விரிவாகச் சொல்கிறேன்.

ஜீவாவின் புத்தகம் சம்பந்தப்பட்ட ஈடுபாடு மிகவும் பாராட்ட வேண்டிய ஒன்றுதான். அதே சமயம் புத்தக அறிவை விட அனுபவ அறிவு மிகவும் முக்கியமானது என்ற கருத்தில், எனக்குத் தெரிந்து, கம்யூனிஸ்ட் கட்சியில் அதிக அளவு அக்கறை கொண்டிருந்தது ஜீவாதான். மற்றவர்கள் எல்லாருக்குமே எல்லா அறிவையும் புத்தகத்திற்குள்ளிருந்தே பெற்றுவிட முடியும் என்ற அபிப்ராயம்தான் இருந்தது. மார்க்ஸ், லெனின், ஏங்கெல்ஸ், ஸ்டாலின் இவர்களுடைய புத்தகங்களைப் படித்தாலே போதும். அந்தத் தத்துவம் பற்றி வேறு எதுவும் படிக்க வேண்டியதில்லை. அதுபோல் இலக்கியம் என்றால் கார்க்கி. கார்க்கியின் படைப்பு களைப் படித்துவிட்டால் இலக்கியத்தில் மேற்கொண்டு வேறு எதுவும் படிக்க வேண்டியதில்லை.

இவற்றையெல்லாம் வெளிப்படையாகச் சொல்லமாட்டார் கள். நாங்கள் அப்படி எப்போதுமே சொன்னதில்லையே, நீங்களாகவே கற்பனை செய்துகொண்டு கேட்கிறீர்களே என்று கேட்பார்கள். ஆனால் நீங்கள் என்னென்ன புத்தகங்கள் படித்திருக்கிறீர்கள் என்று கேட்டால் அவை அநேகமாக இவற்றுக்குள்தான் அடங்கும். ஆனால், ஜீவாவுக்கு காண்டே கரைப் படிக்க வேண்டும் என்று தோன்றியிருக்கிறது. எனக்கு எந்தக் காலத்திலுமே காண்டேகர் முக்கியமான எழுத்தாளராகத் தோன்றியதே கிடையாது. தமிழ் இலக்கியத்திலிருந்து எதை ஒழிக்க வேண்டும் என்று நினைக்கிறோமோ அதை ரொம்ப அழகாகவும் விலைபோகக்கூடிய சரக்காகவும் இறக்குமதி பண்ணி, தமிழ் வாசகர்களுக்கு அவற்றின் பேரில் இருக்கும் மயக்கத்தை இன்னும் அதிகமாக்குகிறார் என்ற எண்ணம்தான் எனக்கு காண்டேகர் பேரில் இருக்கிறது. இந்திய அளவில் காண்டேகர் அதிக அளவுக்குச் செல்லுபடியானதே தமிழகத்தில் தான். தமிழ் வாசகர்களுக்கு இருக்கக்கூடிய பலவீனம், புதிய விஷயங்களைத் தேடிப் போகாமல் இருக்கக்கூடிய மனோ பாவம் இவைதான் காண்டேகர் தமிழகத்தில் செல்லுபடியா வதற்கான காரணமாக இருந்திருக்குமென்று நினைக்கிறேன்.

திராவிட கட்சியினருக்கு அவரது படைப்புகள் அதிக அளவுக்கு பிடித்திருந்ததற்கும் இது காரணமாக இருக்கலாம்.

ஆமாம். அந்தக் காலத்து அரசியல் தலைவர்களில் பலருக்குக் காண்டேகரின் எழுத்து ரொம்பப் பிடிக்கும் என்று பலர் சொல்லிக் கேள்விப்பட்டிருக்கிறேன். புரட்சிகரமான சிந்தனை யாளர் அவர் என்ற அபிப்ராயம் பலருக்கு இருந்தது. எனக்கு அவர் புரட்சிகரமான சிந்தனையாளர் என்ற எண்ணம் கிடை யாது. அவர் தனது நாவல்களில் புரட்சிகரமான பாத்திரங்களைப் படைத்திருப்பார். அந்த பாத்திரங்கள் புரட்சிகரமானவர்கள் அல்ல என்பதை அந்தக் கதாபாத்திரங்களுக்குள் நுழைந்து பார்த்தால் தெரியும். அவர்களால் எந்த ஒரு சமுதாயப் புரட்சி யையும் உருவாக்க முடியாது. அடிப்படையில் அவர்கள் புரட்சி பற்றிய கனவு கொண்டவர்களே தவிர அவர்கள் யாருமே புரட்சியாளர்கள் கிடையாது.

காண்டேகருக்குத் தமிழ் வாசகர்கள் மத்தியில் எந்த அளவுக்குச் செல்வாக்கு இருந்ததோ அந்த அளவுக்குச் செல் வாக்கு அவருக்கு மராட்டி வாசகர்களிடம் கூட கிடையாது. சில நாவல்கள் கையெழுத்துப் பிரதியாகவே கா. ஸ்ரீ. ஸ்ரீ. க்கு வந்து சேர்ந்திருக்கிறது; அதை அவர் தமிழில் மொழிபெயர்த்து வெளிவந்த பிறகுதான் மராட்டியில் வெளியாகியிருக்கிறது என்றுகூட கேள்விப்பட்டிருக்கிறேன். தமிழில் அவருக்குப் பெரிய அளவுக்குப் பெயர் கிடைத்திருந்தது. விற்பனையும் தமிழ்நாட்டில் அமோகமாக நடந்திருக்கிறது. இதே காண்டேகரின் புத்தகங்ளை மலையாளத்தில் வெளியிட்டார்கள். அவை எந்த கவனத்தையும் பெறவில்லை. ஏனெனில் அங்கு சூழல் மாறிவிட்டிருந்தது.

கேரளாவில் கம்யூனிசத்தின் தாக்கம் அதிகமாக இருந்ததை அதற் கான ஒரு காரணமாகச் சொல்ல முடியுமா?

அதைவிட கேரளாவில் அப்படியான ஒரு நிலை உருவாவ தற்கு நாராயண குருவைத்தான் காரணமாகச் சொல்லவேண் டும். கம்யூனிசம் கேரளாவில் வளர்வதற்கு ஏற்ற முறையில் அந்த வயலை உழுது போட்டதே நாராயண குருதான். அப்படி அவர் பெரிய அளவுக்கு அந்தக் காரியத்தைச் செய்திருக்க வில்லையென்றால் இவ்வளவு விரைவாக கம்யூனிசம் வளர்ந் திருக்க முடியாது. சமத்துவம் என்ற சிந்தனை ஜனங்களுடைய பொதுப் பார்வையான பின்பு பொதுவுடைமைத் தத்துவம் அவர்களுக்கு அன்னியமாக இருக்கவில்லை.

இங்கிருந்த கம்யூனிஸ்ட்களுக்கு காண்டேகரின் படைப்புகள் ஏன் பிடித்திருந்தது?

அதற்கான காரணம் எனக்குப் பின்புதான் தெரியவந்தது. இங்கிருந்த கம்யூனிஸ்ட்கள் உள்ளூர ரொமான்டிக்கானவர்கள்

என்று எனக்குப் பின்னால் தோன்றியது. இவர்களுக்கு பக்தியில் இன்றும் நம்பிக்கை இருக்கிறது. தெய்வங்களை மாற்றிக் கொண்டிருக்கிறார்களே தவிர பக்தி என்ற அம்சம் இருக்கிறது. தலைவர்களைச் சார்ந்தே இருப்பது; எல்லாவற்றுக்கும் அவர்களை மேற்கோள் காட்டுவது; அவர்கள் சொல்வதை நூற்றுக்கு நூறு உண்மை என நம்பி ஏற்றுக்கொள்வது... பக்தி உள்ளம் கொண்டவனுக்குப் பழைய புத்தகங்களில் எப்படியான உறவு இருக்கிறதோ அதுமாதிரியான உறவுதான் கம்யூனிஸ்ட்களுக்கும் தத்துவம் சார்ந்து இருந்தது. அது இவர் களது தோல்விக்கு ஒரு முக்கியமான காரணம் என நான் நினைக்கிறேன். சுயேச்சையான பார்வை இல்லாமல் இருப்பது, எழுதப்பட்டவற்றை மறுபரிசீலனை செய்யாமல் திரும்பக் கூறுவது, இறுக்கமான விஷயங்களைப் போற்றுவது இதையெல் லாம் உடைத்து சுதந்திர சிந்தனை உருவாவதற்குப் படைப்புத் திறன் சார்ந்த சிந்தனை வேண்டும். அது மட்டுமல்லாமல் இவர் கள் எதிர்நிலைகளையும் முழுவதுமாகப் படித்துவிட்டுச் சொன் னால் கூடத் தவறில்லை. ஏகதேசமாகப் படித்துவிட்டு தாங்கள் புரிந்து கொண்ட அளவில் ஒன்றைப்பற்றிப் பேசி வந்தார்கள்.

கம்யூனிசத் தத்துவம் என்பது இன்று வேறு விதமாகத் தோற்றமளிக்கலாம். ஆனால் முப்பதுகளில், நாற்பதுகளில் தமிழ் சமூகத்தில் – கவிதையை மட்டுமே பின்னணியாகக் கொண்டிருந்த மக்களுக்கு கம்யூனிசத்தைப் படித்துப் புரிந்து கொள்வது என்பது சிரமமான காரியம்தான். மேற்கத்திய உலகில் அந்தத் தத்துவத்துக்கும் அறிவியலுக்கும் நீண்ட மரபு இருக்கிறது. மேற்கத்திய உலகில் வந்திருக்கக்கூடிய பெரிய தத்துவ நூலின் கடைசி அத்தியாயம்தான் மார்க்ஸ் என்று சொல்ல முடியும். அதற்கு முந்திய அத்தியாயங்களைப் படித்தால்தான் மார்க்ஸ் சொல்வதை நீங்கள் புரிந்துகொள்ள முடியும். இங்கு நமக்கு அப்படியான முன் அத்தியாயங்களே கிடையாது. நமது தலைவர் கள் ஏதாவது ஒன்றைச் சொல்லிவிட்டு அது தத்துவத்தில் இருப்பதாகச் சொல்லுவார்கள். தத்துவக் கவிஞர் என்று கண்ண தாசனைச் சொல்லுவார்கள், கேட்டிருப்பீர்களே. அதற்கு ஆதார மாகச் சில பாடல்களைக் கூடச் சொல்லிக்காட்டுவார்கள். இவையெல்லாம் ஒருவித வேடிக்கையான மனோபாவம்தான்.

புத்தகங்களில் பேரறிவு இருக்கிறது; அதே சமயம் புத்தகங் களைத் தாண்டிய அறிவு மனிதனின் நேர் அனுபவங்களுக் குள்ளும் சிந்தனைகளுக்குள்ளும் தலைமுறை தலைமுறையாக வந்துள்ள மனங்களுக்குள்ளும் இருக்கிறது என்ற நம்பிக்கை ஜீவாவிடம் நான் பார்த்த அளவிற்கு வேறு எந்தத் தோழரிடமும் பார்த்ததில்லை. அவர் யாரைப் பார்த்தாலும் பேச்சுக் கொடுப்பார். நாமாயிருந்தால் அவரிடமிருந்து நமக்குக் கற்றுக்

கொள்ள எதுவும் இல்லை என்ற முடிவுக்குத்தான் வருவோம். நமது பின்னணி அப்படிப்பட்டது. அவருக்கு அப்படியான எண்ணமே கிடையாது. நிச்சயமாக எனக்குத் தெரியாத ஒரு விஷயம் அவனுக்குத் தெரிந்திருக்கும் என்று நம்புவார். ஒரு நாள் எங்கள் வீட்டுக்கு வந்திருந்தார். என் அப்பாவுடன் அவர் சமத்காரமாகப் பேசுவார். வயசான ஆட்களுடன் என்ன பேசணுமோ அவற்றைப் பேசுவார். ஒருசிலர் வந்த உடனேயே கம்யூனிசம் என்றால் என்ன என்று ஆரம்பித்து விடுவார்கள். ஜீவாவோ அந்த மாதிரியெல்லாம் அவரிடம் பேசக்கூடாது என்று தீர்மானித்து வேறு விஷயங்களைப் பேசுவார். யார் யாரிடம் எதைப் பேச வேண்டும், எப்போது பேச்சை நிறுத்திக் கொள்ள வேண்டும் என்பது பற்றியெல்லாம் அவருக்கு நன்கு தெரியும்.

அன்று என் அப்பா வெளியில் எங்கோ போயிருந்தார். நான் வேறு ஏதோ வேலை செய்துகொண்டிருந்தேன். ஜீவா மெல்ல வீட்டின் பின் பக்கம் போய்விட்டார். அங்கு ஒரு அம்மா கரிப்பாத்திரங்களைக் கிணற்றடியில் அமர்ந்து தேய்த்துக் கொண்டிருந்தார். அங்கு தோய்ப்பதற்கான ஒரு கல் இருந்தது. மிக அழகான கல். அது இப்போதும் இருக்கிறது. ஜீவா அதில் அமர்ந்துகொண்டார். அந்தப் பெண்மணிக்கு இவரைப் பார்த்ததும் வித்தியாசமாகத் தெரிந்திருக்கும். இவர் நிக்கர் போட்டுக் கொண்டிருந்தார். நிக்கர் போட்டுக்கொண்டிருக்கும் வயது வந்தவர்களைப் பார்த்தால் பெண்களுக்கு வித்தியாசமாகத் தோன்றுமே.

ஏன் அவர் நிக்கர் அணிந்துகொண்டிருந்தார்?

குறைந்த ஆடை ஒரு மனிதனுக்குப் போதும்; ரொம்ப எளிமையாகத்தான் இருக்க வேண்டும் என்ற எண்ணமும் காரணம். ஒரு நான்கு காக்கி நிக்கர் இருந்தால் போதும், இருபது வருடங்களை ஓட்டிவிடலாம். அதை மாற்றி மாற்றி தோய்த்துப் போட்டுக் கொள்வார்கள். அத்துடன் நடமாட்டத்திற்கும் பஸ்களில் தொற்றியேறுவதற்கும் வசதி. நாம் தலைவன் அல்ல, தொண்டன் என்ற எண்ணம் மனதில் பதியும். பெட்டி போடுவது என்பதெல்லாம் கிடையவே கிடையாது. ராத்திரி பத்து மணி அளவில் காயப் போட்டுவிட்டுக் காலையில் அது காய்ந்ததும் எடுத்து அணிந்து கொண்டுவிடுவார்கள். அவர்களுக்கு அதனால் வெளியிடங்களுக்குப் போகும்போது பெரிய பெட்டிகளை எடுத்துக்கொண்டு போக வேண்டிய சிரமம் இருக்காது. அதோடு கட்சியின் பெரிய தலைவரும் நிக்கர் போட்டுக்கொண்டிருப்பார். கட்சியின் கடைசித் தொண்டனும் நிக்கரைத்தான் போட்டுக்கொண்டிருப்பான். அது ஒருவித நெருக்கமான சமத்துவமான உணர்வைத் தரும்.

சுந்தர ராமசாமி

இ. எம். எஸ்ஸை மட்டும்தான் நான் நிக்கர் போட்டுக்கொண்டு பார்த்தது கிடையாது. விலை குறைந்த ஒற்றை வேட்டி கட்டிக் கொண்டிருப்பார்.

ஜரிகைத் துப்பட்டா போட்டுக்கொண்டு சில அரசியல் தலைவர்கள் வருகிறார்களே, பார்க்கவே கஷ்டமாக இருக்கிறது. பின்னால் இவையெல்லாம் மாறிவிட்டன. இவையெல்லாம் திராவிட முன்னேற்றக் கழகத்தின் மதிப்பீடுகள்தான் எளிமையை அடியோடு ஒழித்துக்கட்டியது. பெரியாருக்கும் திராவிட முன் னேற்றக் கழகத்துக்கும் பெரிய சம்பந்தம் கிடையாது என்றுதான் நான் சொல்லுவேன். ஒருவிதத்தில் பெரியாரியத்தை நசிக்கச் செய்து வீரியம் இழக்கச் செய்தவர்கள்தான் பின்னால் வந்த திராவிட கட்சிகள். பெரியாருக்கும் ஜீவாவுக்கும் இடையில் சம்பந்தம் இருக்கிறது. பெரியாருக்கும் காந்திக்கும் இடையில் சம்பந்தம் இருக்கிறது. பெரியாருக்கும் காமராசருக்கும் இடையில் சம்பந்தம் இருக்கிறது. அவர்களுக்கிடையே கொள்கை அடிப் படையில் வேற்றுமைகள் இருந்தாலும் வாழ்க்கை சார்ந்த மதிப்பீடுகளில் பலவிஷயங்களில் ஒரேவிதமான அபிப்ராயம் தான் இருக்கிறது. பெரியாரின் மொழி தார்மீக கோபத்தை முன்னிலைப்படுத்த வேண்டிய சந்தர்ப்பங்களிலும் தனிநபருக் குரிய கோபத்தையும் வெறுப்பையும் வெளிப்படுத்துவதாக இருக்கிறது. சமூகத்தில் அவரது கருத்துகள் பரவ மிகப்பெரிய தடையாக இருப்பது அந்தக் கருத்துகளின் கூர்மை மட்டுமல்ல; அந்தக் கருத்துகளை அவர் வெளிப்படுத்திய முறையும்தான். அதில் முரட்டுத்தனம் இருந்தது. ஜீவா பெரியாருடன் இருந் திருக்க வேண்டியவர்தான். அடிப்படைக் கொள்கையில் மிகுந்த ஒற்றுமை கொண்டவர்கள் அவர்கள்.

ஜீவாவுக்கு உலக மக்கள் அனைவரையும் ஒன்றாகக் காணும் ஒரு தத்துவப்பார்வை தேவையாக இருந்தது. இதை முக்கியமான ஒன்று என்று நான் கருதுகிறேன். ஜீவாவுக்கு சினிமா பேரில் உயர்வான அபிப்ராயம் கிடையாது. இன்று சொல்லலாம் அவருக்கு எல்லாக் கலைகளிலும் ஆர்வம் இருந்தது என்று. ஜீவாவின் மறைவுக்குப் பிறகு அவருடைய பிம்பமானது பலவகையில் வளர்க்கப்பட்டிருக்கிறது. பல விஷயங்கள் மிகைப் படுத்தப்பட்டிருக்கின்றன. சில விஷயங்கள் வெளியில் தெரியா மலும் போயிருக்கிறது. ஜீவா மட்டுமல்ல, க. நா. சுவை எடுத்துக் கொண்டாலும் சரி, புதுமைப்பித்தனை எடுத்துக்கொண்டாலும் சரி அவர்களது காலமும் அவர்களை மிகைப்படுத்துகிறது. மனித மனங்களும் அவர்களை மிகைப்படுத்தி வந்திருக்கிறது. சாதாரண ஒரு உண்மையை, அதாவது தலைவர் பொடி போட்டுக்கொள்வார் என்ற உண்மையைச் சொன்னால்கூட, அவருடைய அபிமானிகளுக்குப் பிடிக்காமல் போய்விடுகிறது.

அந்த மாதிரியான ஒரு மனோபாவம் எழுத்தாளர்களுக்கு இருக்கக்கூடாது என்று நான் கருதுகிறேன்.

ஜீவா எங்காவது கிராமத்துக்குப் போனால் கடைத்திண்ணையில் உட்கார்ந்துகொண்டு அங்கிருக்கும் வயசானவர்களுடன் பேச ஆரம்பித்துவிடுவார். டீக்கடை பெஞ்சு அவருக்கு மிகவும் பிடிக்கும். எங்கள் வீட்டிலிருந்த அந்த அம்மாவுடன் பேசுவதற்காகக் கிணற்றடியில் இருந்த கல்லின் மேல் அமர்ந்து கொண்டது போல்தான். அந்த அம்மாவுக்கு இவருடன் பேசுவதில் தயக்கம் இருந்தது. இவர் நிக்கர் போட்டுக்கொண்டு மீசையுடன் இருந்தார். அவர் அப்படியே வாழைகளைச் சுற்றிப் பார்வையை ஓட விடுவது போல் பாவனை செய்வார். அவரது நோக்கம் அந்த அம்மாவுடன் ஒரு உரையாடலைத் தொடங்க வேண்டும் என்பதுதான். அதுக்கு சம்பந்தமே இல்லாததுபோல் முகத்தை வைத்துக்கொண்டு அந்த அம்மா வடக்கே பார்த்துக் கொண்டிருந்தால், இவர் தெற்கே பார்த்து முகத்தை வைத்துக் கொண்டிருப்பார். அப்புறம் அந்த அம்மாவின் உலகத்திற்கு ஒட்டிவரக்கூடிய கேள்வியொன்றைக் கேட்பார். ஈயப் பாத்திரம் தேய்ப்பது சுலபமா பித்தளைப் பாத்திரம் தேய்ப்பது சுலபமா என்பது போலிருக்கும் அந்தக் கேள்வி. உடனே அந்த அம்மா ஈயப் பாத்திரம் தேய்ப்பதுதான் சுலபம் என்றோ பித்தளைப் பாத்திரம் தேய்ப்பதுதான் சுலபம் என்றோ சொல்லக்கூடும். அப்படி ஆரம்பித்துப் பத்து நிமிடத்துக்குள் அவள் மனதில் நெருக்கமான இடத்தைப் பிடித்துக்கொண்டுவிடுவார்.

நமது கிராமங்களில் இருக்கக்கூடிய ஒருவர்தான்; அதிக படிப்பு ஒன்றும் கிடையாது; ஏதோ ஒரு காரணத்துக்காக இங்கு வந்திருக்கிறார்; நமக்கு ரொம்பவும் வேண்டியவர்தான் என்ற எண்ணத்தை அவளுக்குக் கொண்டுவந்துவிடுவார். அதன் பிறகு அந்த அம்மா பேச ஆரம்பித்துவிடுவாள். அவளது குடும்பம் பற்றி, குழந்தைகள் பற்றி, கணவன் பற்றி என்று வரிசையாக. சின்ன வயதில் அவள் எவ்வளவு வசதியாக இருந்தாள்; அவள் சின்ன வயதில் அப்படி வசதியாக இருந்தாள் என்பது இந்த உலகத்துக்கு எவ்வளவு சீக்கிரமாக மறந்துபோய் விட்டதே; உலகத்தில் யாருக்குமே அது பற்றிய ஞாபகமே இல்லாமல் போய்விட்டதே. என்னவோ தலைமுறை தலைமுறையாக வேலைக்காரியாக இருந்ததுபோல் அல்லவா நினைத்துக் கொண்டிருக்கிறார்கள்.

சொந்த ஊர் என்ன என்று கேட்பார். சொன்னதும் எங்கு கல்யாணம் பண்ணிக்கொடுத்திருந்தது என்று கேட்பார். அது வந்து... பரமார்த்தலிங்கம்பிள்ளையின் மகனைக் கல்யாணம் செய்து கொண்டிருக்கிறேன் என்று சொல்வாள். ஓ... பரமார்த்த லிங்கம் மாமாவா என்பார் ஜீவா சட்டென்று. அவளுக்குத்

தூக்கிவாரிப் போட்டுவிடும். எப்படி மாமா உறவு என்று கேட்டால் அது ஒரு மைல் நீளத்து தூரத்து உறவாக இருக்கும். ஆனால் சட்டென்று ஒரு உறவை, பாலத்தை உருவாக்கிவிடுவார். அதன் பிறகு அந்த அம்மாள் கேட்பாள், நீங்கள் என்ன செய்துகொண்டிருக்கிறீர்கள் என்று. கம்யூனிஸ்ட் கட்சியில் இருக்கிறேன் என்றெல்லாம் சொல்ல மாட்டார். நான் ஜனங் களுக்காக உழைத்துக்கொண்டுவருகிறேன்; பொண்டாட்டி, குழந்தைகள் என்று எதுவும் கிடையாது என்பார். நீங்கள் சொன்னால் நம்ப மாட்டீர்கள். அவள் கடைசியில் சொல்வாள் நம்ம வீட்டுக்கு வந்துட்டுப் போங்களேன். சிறு குடிசைதான். உங்கள் காலடி பட்டால் அவரும் குழந்தைகளும் சந்தோஷப் படுவார்கள்.

இதை நான் ஒரு உதாரணத்துக்குச் சொல்கிறேன். அவள் வீட்டுக்கு வரச் சொல்வது என்பது பெரிய விஷயமே அல்ல; அந்த அந்நியோன்னியம், சகஜ பாவம் இதை அவளிடம் ஏற்படுத்திவிடுவார். அது மட்டுமல்ல அவளது ஊருக்குப் போகும் போது அந்த அம்மாவின் வீட்டைத் தேடிக்கொண்டு போய் விடுவார். என் வீட்டில் வேலை செய்யற விஷயத்தைச் சொல்லி விசாரிக்கமாட்டார். தாயம்மான்னு பேரு; கொஞ்சம் வசதியா இருந்து பின்னால் கஷ்ட நிலைக்கு வந்தாங்களே, பரமார்த்தலிங் கம் பிள்ளை என்பவருடைய மகனைத் திருமணம் செய்து கொண்டிருந்தவர்கள் எங்கே இருக்காங்க என்று விசாரித்து வீட்டுக்குப் போய் விடுவார். தோழர்களுக்கு எரிச்சலாக இருக்கும். 'அந்த அம்மாவுக்கும் கம்யூனிஸ்ட் கட்சிக்கும் இடை யில் தொடர்பு கிடையாதே, எதுக்கு இவர் போய்ப் பார்க்க வேண்டும் என்கிறார்' என்பார்கள். 'பத்து தடவை, ஐம்பது தடவை அந்த அம்மாவின் வீட்டுக்குப் போனாலும் அவளைக் கம்யூனிஸ்ட் ஆக்கவும் முடியாது. பின் எதற்காக அங்கு போக வேண்டும் என்கிறார்' என்று கேட்பார்கள். உண்மையாகவே தோழர்கள் அலுத்துக்கொள்வார்கள்.

எங்கள் ஊரில் துட்டி கேட்பது, அதாவது இறந்தவர் பற்றித் துக்கம் கேட்பது என்று ஒரு விஷயம் உண்டு. இவருக்கு யார் யார் இறந்துபோய் விட்டார்கள் என்பது பற்றி விவரம் தெரிந்த தும், துக்கம் விசாரித்துவரப் போய்விடுவார். இறந்துபோனவர் கம்யூனிஸ்ட் கட்சிக்கு எதிராகக் கூட நடந்துகொண்டிருப்பவராக இருப்பார். காங்கிரஸ்காரராக இருப்பார். அதையெல்லாம் பொருட்படுத்த மாட்டார். இவர் ஏதாவது ஒரு ஊரில் ஒரு வாரம் இருந்தார் என்றால் குறைந்தது ஐந்தாறு துட்டிக்காவது போய்வந்துவிடுவார். ஒருவர் இறந்துபோய் பத்து மாசம் ஆகி யிருக்கும். இன்னொருவர் இறந்து ஒன்றரை வருஷம் ஆகியிருக் கும். இருந்தாலும் இவர் போய் விசாரித்துவிட்டுவருவார்.

தோழர்கள் இவர் இப்படி சம்பிரதாயமாகக் காரியம் செய்து வருகிறாரே என்று அலுத்துக் கொள்வார்கள்.

நீங்கள் முன்னால் ஒரு விஷயம் சொன்னீர்களே, பாமரன் ஒருவரிடமிருந்துகூட நமக்குக் கற்றுக்கொள்ள ஒரு விஷயம் இருக்கும் என்று. இந்த விஷயத்தை உங்களது கட்டுரை ஒன்றில்கூடப் பார்த்திருந்தேன். இந்த விஷயத்தை ஜீவாவிடமிருந்துதான் நீங்கள் கற்றுக்கொண்டதாகச் சொல்லமுடியுமா?

நிச்சயமாக. சாதாரண மக்களிடம் பழக வேண்டிய முறையையும் நான் அவரிடமிருந்துதான் கற்றுக்கொண்டேன். வேறு பலர் அதை வளர்க்க உதவியிருக்கின்றனர். ஆனால் எனக்கு அதில் அவரைப் போன்ற எளிய அணுகுமுறை கிடைக்கவில்லை. ஜீவா அதைத் தன் வாழ்க்கையில் செயல்ரீதியாக நிரூபித்துக் காட்டியிருக்கிறார். ஒரு உதாரணம் சொல்கிறேன். நானும் அவரும் ஒரு தடவை திருநெல்வேலியிலிருந்து மதுரைக்குப் போனோம். தற்செயலாக நாங்கள் சேர்ந்து போனோம். அவர் வேறு விஷயமாக மதுரைக்குப் போய்க்கொண்டிருந்தார். நான் என் சொந்த விஷயம் சம்பந்தமாகப் போய்க்கொண்டிருந்தேன்.

ரயிலில் எதிர்பெஞ்சில் நாலைந்து வயதானவர்கள் உட்கார்ந்துகொண்டிருந்தார்கள். பார்த்துமே அவர்கள் விவசாயிகள் என்பது தெரிந்தது. நான் மட்டும் தனியாகப் போயிருந்தால் அன்று அவர்களுடன் பேச்சுக் கொடுத்திருக்கவே மாட்டேன். ஏனெனில் எனக்கும் அவர்களுக்கும் பொதுவாக எதுவும் இல்லை என்ற எண்ணத்தில் நான் இருந்திருப்பேன். ஜீவா பேச்சுக் கொடுத்தார் ஒரு குறிப்பிட்ட நிமிஷத்தில். அந்த நிமிஷம் அவர் மனதுக்குத் தெரிகிறது. அவரது சுபாவம் அப்படி. அவருக்கு முன்னால் யார் வந்து அமர்ந்தாலும், அது நான்கு வயதுக் குழந்தையாக இருந்தாலும் சரி அல்லது எண்பது வயதுக் கிழவராக இருந்தாலும் சரி, ஆணாக இருந்தாலும் சரி பெண்ணாக இருந்தாலும் சரி, டாக்டராக இருந்தாலும் சரி இன்ஜினியராக இருந்தாலும் சரி, அவர் லேசாகத் தூண்டிலைப் போட்டுப் பார்ப்பார். எதுக்குமே மசியாத சிலர் உலகத்தில் உண்டே; அப்படி யாராவது இருந்தால்தான் இவர் பேச்சை நிறுத்திக் கொள்வார். இல்லையெனில் அவர்களைப் பேச வைப்பதற்கான முயற்சியை எடுத்துக்கொண்டேயிருப்பார்.

அன்று பார்த்த விவசாயி ஒரு முக்கியமான விஷயம் சொன்னார். இங்கிருந்து நாம் சென்னைக்குப் போகும்போது வழி நெடுக எவ்வளவு காலி இடங்களைப் பார்க்கிறோம். திருநெல்வேலியிலிருந்து சென்னைக்குப் போற பாதையில் இரண்டு பக்கமும் எவ்வளவு காலி மனைகள் இருக்கிறது. இவை அனைத்தும் நமக்குப் பெரும் செல்வம். அங்கெல்லாம் அந்த மண்ணுக்கு

ஏற்றபடி, மழைக்கு ஏற்றபடி, தானியங்களைப் பயிரேற்ற முடியும். ஒரு தான்யம் வளரவில்லையென்றால் மற்றொரு தான்யம் வளரும். முள்ளு மரமும் ஒரு பயிர்தான். இந்த இடங்கள் முழுவதையும் நாம் பயன்படுத்த முடியும். தரிசு நிலம் என்பது உலகத்தில் கிடையவே கிடையாது என்றார். ஒரு மரம் பற்றிச் சொன்னார். அந்த மரத்துக்குத் தண்ணி விட்டு வளர்க்க வேண்டிய அவசியமே கிடையாது. அந்த மரங்களைப் பத்து வருடங்கள் வளர்த்தால் சந்தையில் என்ன விலைக்கு விற்க முடியும்; அதன் விறகுகள் எந்த அளவுக்கு நமக்கு உபயோகமாக இருக்கும்; அரசாங்கம் ஏழைகளுக்கு இலவசமாகவே அந்த விறகைத் தர முடியும் என்றெல்லாம் சொன்னார். அவருடைய சமூகப் பார்வை பிரமிப்பைத் தருவதாக இருந்தது. அது ஒரு மந்திரிக்கு இருக்க வேண்டிய சமூகப்பார்வை. ஜீவா இது மாதிரியான காரியங்களைத்தான் செய்ய வேண்டும் என்று ஆசைப்பட்டார்.

கம்யூனிசம் என்ற தத்துவத்தை மக்கள் தெரிந்துகொள்ள வேண்டும் என்பது மட்டுமல்ல முக்கியமான விஷயம். எனக்குத் தெரிந்த தோழர் ஒருவர் புதிதாக யாரையாவது பார்த்ததும் உங்களுக்கு மார்க்ஸைத் தெரியுமா என்று கேட்பார். அவர் அந்தரங்க சுத்தியோடுதான் அந்தக் கேள்வியைக் கேட்கிறார். ஆனால் அது மாதிரியான அபத்தமான கேள்வியை ஜீவா யாரிடமும் ஒருபோதும் கேட்கமாட்டார். அவருக்கு வேண்டியது என்னவென்றால் எல்லாரும் உண்டு வாழக்கூடிய ஒரு சமுதாயத்தை உருவாக்க வேண்டும். இந்த சமூகப் பார்வையை உருவாக்க மார்க்சிசம் நமக்கு உதவுகிறது. இந்தத் தத்துவத்தை வேறுவிதமாக மாற்றிச் சொன்னால்தான் ஜனங்களுக்கு அந்தப் பார்வை உண்டாகும். அவர் அதை நன்கு தெரிந்து வைத்திருந்தார். கோவிலை மடத்தனமாகத் தாக்குவது, மதத்தைத் தாக்குவது, சம்பிரதாயங்களைத் தாக்குவது இவற்றை அவர் ஒருநாளும் செய்யமாட்டார்.

பெரியாருடன் அவருக்கு ஏற்பட்ட கருத்து வேற்றுமையில் முக்கியமானது இது. சுரண்டலைத் தாக்குவார். எத்தனையோ மூடப் பழக்கவழக்கங்கள் இருக்கின்றன; காலப்போக்கில் நாம் அவற்றை அவர்களிடமிருந்து மாற்றிவிடலாம். இப்போது அது பற்றிய மோதலை உருவாக்க வேண்டியதில்லை. இப்போது அவர்கள் நன்கு சாப்பிட வேண்டும். நோய் வந்தால் நல்ல சிகிச்சை செய்துகொள்ள வேண்டும். சொந்தமான பூமி இருக்க வேண்டும். சொந்தமான வீடு இருக்க வேண்டும் என்றுதான் அவர் சொல்லிக் கொண்டே போவார். இது அல்ல கம்யூனிசம் என்று சொல்லக் கூடிய கம்யூனிஸ்ட்கள் இருந்தார்கள். இவர் கம்யூனிசத்தை ரொம்ப எளிமைப்படுத்துகிறார் என்று சொல்லக்

கூடிய கம்யூனிஸ்ட்களை நான் பார்த்திருக்கிறேன். ஆனால் ஜீவா நம்பிய கம்யூனிசம் அதுதான். அந்த விஷயம் கலாச்சார ரீதியாகவே ஜீவாவுக்கும் மற்ற தோழர்களுக்கும் இடையில் ஒரு வேறுபாட்டைத் தோற்றுவித்திருந்தது. அவர் ஓயாமல் ஜனங்களைப் பார்த்துப் போய்க் கொண்டே இருந்தார். இவர்கள் ஓயாமல் நிறுவனத்தைப் பார்த்துப் போய்க் கொண்டேயிருந்தார் கள். எப்படி ஆட்களைக் கட்சிக்குள் சேர்ப்பது, கூட்டங்கள் நடத்துவது, மாநாடுகள் நடத்துவது, ஊர்வலம் போவது, ஊர்வ லங்களில் அதிக ஆட்களை எப்படிப் பங்கெடுக்கச் செய்வது . . . இது போன்றவற்றில் அவருக்குக் கவனம் இல்லை என்று சொல்ல முடியாது. ஆனால் அதைவிட அவர் வேறு விஷயங் களுக்குத்தான் முக்கியத்துவம் தந்தார்.

ஒரு நாள் பொதுக்கூட்டம் எதுவும் இல்லையென்று வைத்துக் கொள்வோம். ஆனால் அது கட்சி சார்பில் கூட்டம் ஏற்பாடு செய்யப்படாத நாள் என்றுதான் அர்த்தம். மேடை போட்டு பந்தல் போட்டு கூட்டம் இல்லையே தவிர அவர் அன்றும் கட்சி அலுவலகத்திற்குள் உட்கார்ந்து கூட்டத்தில் பேசுவதுபோல் தான் பேசிக்கொண்டிருப்பார். எட்டு மணிக்குக் கட்சி அலுவல கத்துக்கு இவர் வந்தார் என்றால் யாராவது முன் பின் தெரியாத வர்கள் நாலுபேர் அங்கு இருப்பார்கள். எங்கள் முனிசிபாலிட்டி யில் கொசுக்கடி அதிகமாக இருக்கிறது, ஏதாவது செய்யுங்கள் என்று இவரை அல்ல, வேறு தோழர் யாரையாவது பார்க்க வந்திருப்பார்கள். சொல்வார்கள். இவரிடம் அப்படியான சில்லறைப் பிரச்சினைகளையோ, தனிப்பட்ட விஷயங்களையோ சொல்லக்கூடாது என்று நினைத்திருப்பார்கள். அந்த நான்கு பேர் கிட்டத்தட்ட ஒரு மணி நேரம் உட்கார்ந்திருக்கிறார்கள் என்று வைத்துக்கொள்வோம். இவர் ஏதோ நாலாயிரம் பேர் இருப்பதுபோல் மனதில் கற்பனை செய்துகொண்டு பேச ஆரம்பிப்பார். ஒரு மணி நேரம் அந்தப் பேச்சைக் கேட்டதும் வந்திருந்தவர்கள் ஒரு மாதிரி ஆச்சரியத்தில் சுருண்டுபோய் விடுவார்கள். எப்படி இவ்வளவு விஷயங்களைக் கோவையாகச் சொல்கிறார், எங்கு இவற்றைப் படித்தார், அது மட்டுமில்லாமல் எப்படி இவருக்கு நம்முடைய வாழ்க்கைபற்றி இவ்வளவு துல்லிய மாகத் தெரிந்திருக்கிறது. அதுதான் அவர்களுக்குப் பெரிய ஆச்சரியத்தைத் தரும்.

அப்புறம் அவர்கள் போனபின் ஒரு டீ சாப்பிட்டுவிட்டு ஒரு அரை மணிநேரம் புத்தகத்தைப் படிப்பதுபோல் உட்கார்ந்து கொண்டிருப்பார். மனசெல்லாம் அடுத்ததாக யாராவது ஒருவர் வர மாட்டாரா என்பதிலேயேதான் லயித்திருக்கும். என்றெல் லாம் மேடை போட்டு நடக்கும் கூட்டம் இல்லையோ அன்றெல் லாம் நாள் பூராவும் கட்சி அலுவலகத்தில் மீட்டிங் நடந்து

கொண்டிருக்கும். என்னுடன் பேசும்போது கூட்டத்தில் பேசுவது போல் பேச வேண்டிய அவசியமில்லையே. சாதாரணமாக, சகஜமாகப் பேசினாலும், உணர்ச்சிவசப்படும்போது பேச்சு வேறுமாதிரியாகிவிடும்.

ஆனால் அது அலுப்புத்தட்டுவதாக, யந்திரத்தனமானதாக இருக்காது இல்லையா?

ஆமாம். அது நிச்சயம். அனுபவத்தின் இழை எப்போதும் எல்லாப் பேச்சினூடும் இருந்துகொண்டேயிருக்கும். அது மாதிரி மேடையில் பேசும்போது அவரது உடலும் அங்கங்களும் எப்படி அசைகின்றன என்பது பற்றிய உணர்வு அவருக்கு முற்றிலும் இல்லாது போய்விடும். ஆரம்பத்தில் கொஞ்சம் அது பற்றிய கவனம் இருக்கும். உணர்ச்சிவசப்பட்டுப் பேச ஆரம்பித்ததும் அது பற்றிய உணர்வு கொஞ்சமும் இல்லாமல் போய்விடும். கூட்டத்தில் ஒரு ஐம்பது பெண்கள் ஒரு பக்கத்தில் அமர்ந்து இருக்கக்கூடும். அநேகமாக அவர்கள் ஊரைச் சுத்தப்படுத்தக்கூடிய பெண்களாக இருப்பார்கள். திடீரென்று ஒரு விஷயத்தை அவர்களைப் பார்த்துச் சொல்ல ஆரம்பித்து விடுவார். ஒலிபெருக்கி இந்தப் பக்கமாக இருக்கும். அவரோ அவர்களைப் பார்த்து பேச ஆரம்பித்து, தொடர்ந்து பேசிக் கொண்டேயிருப்பார். யாராவது ஒரு வயசான தோழர் எழுந்து போய் அவர் உடலை ஒலிபெருக்கி பக்கம் திருப்புவார். ஜனங்கள் சிரிப்பார்கள். அந்தச் சிரிப்பில் ஒரு சகஜமான உணர்வுதான் இருக்கும். ஒரு குழந்தையைப் பார்த்துச் சிரிப்பதுபோல்தான் அது இருக்கும். அப்படி திருப்பி விட்டதற்குப் பிறகும் அவர் கொஞ்ச நேரத்தில் வேறு திசையைப் பார்த்துப் பேச ஆரம்பித்து விடுவார்.

அதுமாதிரி ஆபீஸில் நாற்காலியில் உட்கார்ந்து பேசும்போது இது இன்னும் வேடிக்கையாக இருக்கும். நாற்காலியை மேலே கீழே எல்லாம் திருப்ப முடியாதே. அதனால் எழுந்து இன்னொரு இடத்திற்கு நகர்ந்துவிடுவார். இது மேடையில் நடக்கும் காரியத் திற்கு அதற்கு இணையான ஒன்றுதான். அப்படி ஒரு தன்னுணர் வற்ற பேச்சு. சுய ஞாபகமே இல்லாமல் பேசுவார். அவரால்தான் ஜனங்களுக்கு ரொம்பவும் எளிதாக, புரிவது மாதிரிப் பேச முடிந்தது. பல தோழர்கள் இவரைவிட அதிகப் புத்தகங்கள் படித்திருப்பார்கள். ஆங்கிலத்தில், விவாதத்தில் கெட்டிக்காரர் களாக இருப்பார்கள். அரசியல் ரீதியாகக் கட்டுரை எழுதுவது இவற்றில் எல்லாம் இவரைவிடத் திறமையான பல தோழர்கள் இருந்தார்கள். ஆனால் மேடைப்பேச்சு என்ற இந்தக் குறிப்பிட்ட திறமை இவருக்கு மட்டும்தான் இருந்தது. தமிழ் இலக்கியம், நீண்ட பாரம்பரியம் கொண்ட தமிழ்மரபு இவற்றின் தொடர்ச்சி யாக நாம் இருக்கிறோம் என்ற மொழி சார்ந்த உணர்வு அவரிடம்

ஜீவா

அதிகமாக இருந்தது. அவரிடம் மட்டும் அந்த உணர்வு அதிக அளவுக்கு இருந்தது. பிறரிடம் அது இல்லாத நிலையில் அந்த உணர்வுகளைக் கட்சி சார்ந்து அவ்வளவு எளிதாகப் பரப்ப முடியாதே. தனிப்பட்ட முறையில் அவரால் எவ்வளவு முடியுமோ அவ்வளவு பரப்பியிருக்கிறார்.

மேடைகளில் கம்பராமாயணம் பற்றி அவர் பேசும்போது காங்கிரஸ்காரர்களுக்கு, இலக்கியக்காரர்களுக்கு, தமிழ்ப் புலவர்களுக்கு ரொம்ப சந்தோஷமாக இருக்கும். கட்சிக்காரர்களுக்கு அது பிடிக்கவில்லை. கம்பர் பெரிதாக என்ன எழுதியிருக்கிறார்? அது இராமாயணம்தானே என்று சொல்வார்கள். ஜீவாவின் கருத்து என்னவென்றால், இராமாயணம், மகாபாரதம் இவை யாருடைய தனிச் சொத்தும் கிடையாது. ஜனங்களின் சொத்து. அவற்றிலிருந்து ஆரம்பித்துக் கொஞ்சம் கொஞ்சமாக நகர்த்திக் கொண்டு சமூக மாற்றத்தைத் தேடுவதுதான் எல்லா இலக்கிய கர்த்தாக்களின் குணமும் என்பதை உறுதிப்படுத்திவிட முடியும் என்று அவர் நம்பினார். கம்பரும் சொல்லியிருக்கிறார் என்ற எண்ணத்திற்கு மக்களைக் கொண்டுவந்துவிடுவார். அவரது கருத்து என்னவென்றால் எப்போது ஒருவன் உயர்ந்த கலைஞனாக இருக்கிறானோ அப்போது அவனிடம் சமூகச் சிந்தனை சார்ந்த பார்வையும் இருக்கும். அது அவனுக்கு அந்நியமானதல்ல. அது செயற்கையாக அவனுக்கு வர வேண்டிய ஒன்றல்ல. அவனிடம் அது இயல்பாகவே இருக்கிறது. நமது பழைய உதாரணங்களைக் கொண்டு இந்த விஷயங்களை மக்களுக்குச் சொல்லித் தர வேண்டும் என்ற எண்ணம்தான் அவரிடம் இருந்தது. அவரது அந்தக் கருத்துகளுக்குக் கட்சியிடமிருந்து போதிய ஆதரவு கிடைத்தது என்று சொல்ல முடியாது.

இன்று எல்லா கட்சிகளிலும் பொதுவாக எதையும் மிகைப்படுத்திச் சொல்லும் போக்கு அதிகமாக இருக்கிறது. தங்களுடைய பலவீனங்களை மறைத்துக் கொள்ளும் போக்கு அதிகமாக இருக்கிறது. பலம் மட்டுமே இருக்கிறது என்று சொல்லும் போக்கு இருக்கிறது. இவையெல்லாம் அரசியல் கட்சிகளின் சர்வசாதாரணமான குணமாக ஆகிவிட்டிருக்கிறது. உலகில் எந்தக் கட்சியும் அப்படி குறைகளின்றி இருந்ததும் இல்லை. இருக்கவும் முடியாது. முதலில் ஒரு மனிதனுக்கு என்னென்ன பலங்கள் இருக்கின்றன, என்னென்ன பலவீனங்கள் இருக்கின்றன என்பது பற்றி நன்கு தெரிந்துகொள்ள வேண்டும்.

ஜீவாவுக்கு எனக்குத் தெரிந்து இரண்டு பலவீனங்கள் இருந்தன. ஒன்று உணவு. எங்கள் ஊரில் கோபாலபிள்ளை என்றொரு டாக்டர் இருந்தார். அவர் ஜீவாவைக் கூப்பிடுவார், 'வாருங்கள். உங்களுக்குப் பரிசோதனை செய்து என்னென்ன உணவு உண்ண வேண்டும் என்பது பற்றியெல்லாம் சொல்கிறேன்' என்பார்.

சுந்தர ராமசாமி

ஜீவா மருத்துவமனைக்குப் போனதும் டாக்டர்கள் அவருக்குத் தனி அக்கறை எடுத்து நன்கு கவனிப்பார்கள். அவருக்கு சிகிச்சை செய்வதை அவர்கள் ரொம்ப சந்தோஷத்துடன் செய்வார்கள். அவரிடமிருந்து எந்தப் பிரதிபலனையும் எதிர் பார்க்கமாட்டார்கள். அவர்கள் சொல்வார்கள், நீங்கள் இனிப்பு அதிகம் சாப்பிடக்கூடாது என்று. இவரும் குழந்தைபோல் மண்டையை மண்டையை ஆட்டிக் கொண்டு கேட்டுக்கொள் வார். பக்கத்திலிருந்து பார்க்கும் நமக்கு அன்றிலிருந்து எல்லாத் தையும் விட்டுவிடுவார் என்றுகூடத் தோன்றும். ஆனால் அன்று மாலையே வழக்கமாக என்ன சாப்பிட்டுவருவாரோ அதைச் சாப்பிட ஆரம்பித்துவிடுவார். எல்லாவற்றையும் விஞ்ஞான பூர்வமாகப் பார்க்கும் அவருக்கு, டாக்டர்கள் சொல்வது சரி என்று மிகுந்த நம்பிக்கை கொண்டிருந்தவருக்கு உணவு சார்ந்த கட்டுப்பாடு மட்டும் முடிந்திருக்கவில்லை. அதே சமயம் இந்த உணவுகளை அவர் தேடியெல்லாம் போகமாட் டார். அவ்வப்போது கிடைப்பதைச் சாப்பிட்டுக்கொள்வார். பிடித்தமான உணவு கிடைத்தால் அளவுக்கு அதிகமாகச் சாப்பிடுவார். அதுதான் அவருடைய குணம்.

இதுபோல் அவரிடம் இருந்த இன்னொரு பலவீனம் பெண்கள் சம்பந்தமானது. இதையெல்லாம் நான் ஆராயப் போகவே இல்லை. எனக்கு அது ஒரு குறையாகத் தோன்றவே இல்லை. தோழர்கள் இதை ஒரு குறையாகச் சொல்வார்கள். ஒருவன் பிரம்மச்சாரியாக இருக்கவேண்டும் என்று எதிர் பார்ப்பதுதான் அறிவுகெட்டதனம் என்பது என் எண்ணம். கல்யாணம் பண்ணிக் கொண்டு பத்து குழந்தைகள் பெற்றுக் கொண்டிருக்கும் ஒருவர் இவரைப் பார்த்துக் குறை சொல்வது அயோக்கியத்தனம் என்றுதான் சொல்லவேண்டும். இந்தியாவில் இதற்கு அதிக அளவுக்கு முக்கியத்துவம் தருவதற்குக் காரணம் ஆன்மிக குருகுல வழிமுறை சார்ந்த விஷயங்கள்தான். கிருஸ்துவப் பாதிரிகளின் பார்வை அதைவிட முக்கியமானது. எல்லா புலன் உணர்வுகளையும் அடக்க வேண்டும்; எதற்கும் வசப்படாமல் இருக்க வேண்டும் என்று சொல்வது. அதுமாதிரி சன்னியாசிகளின் மிகச் சிறிய பலவீனங்களையும் பெரிதுபடுத்திச் சொல்வது. இவையெல்லாம் மிகப் பெரிய தவறுகள்.

ஒருவன் நல்ல சன்னியாசியாக இருக்க வேண்டுமானால் அவன் ஆன்மீக விஷயங்களை எல்லாம் பின்னால் தெரிந்து கொண்டால் போதும். முதலில் அவன் திருமணம் செய்து கொள்ள வேண்டும். அதுதான் அவன் முதன் முதலில் செய்ய வேண்டியது. அப்போதுதான் அவனால் காரியங்களை ஒழுங்காகச் செய்ய முடியும். மேலும் குடும்பம் என்பது மனிதன் நிர்ப்பந்தமாகக் கற்றுக்கொள்ளவேண்டிய அனுபவங்களும்

அறிவுகளும் கொண்டது. ஒழுக்கம் சார்ந்த தேவையற்ற கட்டுப்பாடு மனிதர்களால் சாத்தியமில்லாத விஷயம் என்றுதான் நினைக்கிறேன். அப்படி ஒருவன் கட்டுப்படுத்திக்கொண்டு இருக்கிறான் என்றால் அவனுக்கு உடல்ரீதியாக ஏதாவது ஒரு வித்தியாசம் இருக்கலாம். அப்படி இல்லாமல் இருந்து, கட்டுப்படுத்திக்கொண்டு ஒருவன் இருக்கிறான் என்றால் அதெல்லாம் ஆயிரத்தில் ஒருவன், பத்தாயிரத்தில் ஒருவன் ஆகத்தான் இருக்க வேண்டும். பொதுவாக அப்படி இருக்க முடியாது. ஒருவன் சாப்பிடுகிறான் என்பதைக் குறையாகச் சொல்ல முடியுமா? ஒருவன் காலையில் சாப்பிடுகிறான், மத்தியானம் சாப்பிடுகிறான் என்பது ஒரு குறையாக இருக்க முடியுமா என்ன? எனவே அந்த மாதிரியான விஷயத்தை ஒருகுறையாக நான் சொல்லவே மாட்டேன்.

கேரளாவில் பல தோழர்கள்மீது இந்தக் குற்றச்சாட்டு வைக்கப்பட்டிருக்கிறது. சில தோழர்கள் பல ஆண்டுகள் எங்காவது மறைந்து இருப்பார்கள். எந்த வீட்டில் தங்கி இருக்கிறார்களோ அந்த வீட்டில் இருக்கும் பெண்களுக்கு அவர்கள் பெரிய ஹீரோவாகத்தான் தெரிவார்கள். ரொம்ப இயற்கையாக அவன் பேரில் அந்தப் பெண்களுக்கு ஆசை ஏற்படும். அதுபோல் அவனுக்கும் அந்தப் பெண்களின்மீது ஆசை ஏற்படும். அப்படி திருமணம் செய்துகொண்ட தோழர்களும் இருக்கிறார்கள். திருமணம் செய்து கொள்ளாமல் இருந்தவர்களும் இருக்கிறார்கள். இவற்றுக்கெல்லாம் கேரளாவில் தரப்படும் முக்கியத்துவம், தமிழகத்தைவிட ரொம்பக் குறைவுதான்.

பின்னாளில் எனக்கு இன்னொரு முக்கியமான விஷயம் தோன்றியது. அதாவது மக்களிடம் சில பிரச்சினைகள் இருக்கின்றன. அவற்றுக்கான தீர்வுகள் நாம் நம்மிடம் இருப்பதாக நினைத்துக் கொள்கிறோம். கட்சியில் இருப்பவர்கள் என்ன சொல்கிறார்கள் என்றால் கம்யூனிச ஆட்சியின் கீழே இப்போது எண்பது கோடிப் பேர் வந்துவிட்டிருக்கின்றனர். எல்லா நாடுகளிலும் அப்படியான ஆட்சி வரும்போது எல்லாவித பிரச்சினைகளும் தீர்ந்துவிடும். உங்களுடைய பிரச்சினைகளுக்கான விடை மார்க்சியத்தில் இருக்கிறது. நீங்கள் அதற்குத் தகுந்தாற்போல் அனுசரித்துக்கொண்டு போங்கள் என்று சொல்கிறார்கள்.

ஆனால் பின்னாளில் எனக்கு என்ன தெரிந்தது என்றால் இது அபத்தமான ஒன்று. நம்மிடம் தீர்வு இருக்கிறது என்று நினைத்துக்கொண்டு போவதே அபத்தமானது. நான் உன்னுடைய பிரச்சினையைத் தீர்த்துவைக்கிறேன் என்று சொல்வதே அபத்தமானது. சக மனிதனைப் பார்த்து நான் என்ன செய்தால் உன் பிரச்சினைகள் குறையும் என்று மட்டும்தான் நாம் கேட்க முடியும். ஒவ்வொரு மனிதனைப் பார்த்தும்

உனக்கு என்ன செய்து தந்தால் உன் பிரச்சினைகள் தீரும் என்று கேட்டால் பிரச்சினைகளின் அடிப்படை தெரிந்துவிடும்.

அதற்கு ஒரு சின்ன உதாரணம் சொல்கிறேன். நகரத்தைச் சுத்தப்படுத்தக்கூடிய ஆட்கள் இருக்கிறார்கள், அவர்களுக்குக் குடிசை மாற்றுவாரியத்தின் சார்பில் தங்குவதற்கு அடுக்கு மாடிக்கட்டிடங்கள் கட்டிக் கொடுத்தார்கள். தலைமுறை தலை முறையாக அவர்கள் அடுக்குமாடிக் குடியிருப்பில் வசித்துவந்த தேயில்லை. அதைக் கட்டித்தந்த அதிகாரிகள், அரசியல்வாதிகள் ஒரு மகத்தான காரியம் ஒன்றைச் செய்த சந்தோஷத்தில் இருந்தார்கள். நாலைந்து வருடங்கள் கழிந்தபின் ஒரு ஆராய்ச்சிக் குழுவினர் அரசு சார்பில் போய் அவர்களுடைய வசதிகளை விசாரித்துத் தொகுத்தார்கள். அங்கு தங்கியிருந்த ஒருத்தருக்குக் கூட அந்தக் குடியிருப்பு திருப்தியைத் தந்திருக்கவில்லை. கழிப்பறையே எங்களுக்குத் தேவையில்லை. எங்களுக்கு வயல் வெளிகளில் போய்த்தான் பழக்கம். அதுதான் ஆனந்தமாக இருக்கிறது. இங்கே கதவைச் சாத்திக்கொண்டு குறுகலான அறைக்குள் போக வேண்டியிருக்கிறது என்றார்கள். அடுத்ததாக எங்களுடைய கோழிகளை எங்கே வைத்துக்கொள்வது? எங் களுக்கு மண்ணைப் பார்க்காமல் இருக்க வேண்டியிருக்கிறதே. முன்னால் குடிசைப் பக்கத்தில் மண் இருந்தது. இப்போது எனக்கு மண்ணே இல்லையே? யாராவது எங்களைப் பார்க்க வேண்டுமானால் மாடி ஏறி அல்லவா வர வேண்டியிருக்கிறது. எங்களுக்கு வீட்டு வேலைகள் முடிந்தது என்றால் வாசலில் வந்து உட்கார்ந்து கொள்ளுவோம். எதிர் வீட்டு ஆட்களுடன் பேசிக்கொண்டிருப்போம். ரோட்டில் யாராவது போவார்கள். 'அண்ணாச்சி' என்று கூப்பிட்டுப் பேசுவோம். எங்களுக்கு அதுதான் பொழுதுபோக்கு. ஆனால் இங்கு அதற்கு வசதியே இல்லையே. வாசக் கதவைச் சாத்திவைத்துக்கொண்டு இருப்பது என்பது என்னோட மூக்கைப் பிடிப்பதுக்குச் சமானம் என்று சொல்லியிருக்கிறார்கள்.

இந்த சம்பவத்தை அறிய நேர்ந்தபோது, அதுவரையில் என் மனதில் விதையாக மண்மூடிக் கிடந்த ஒரு விஷயம் செடியாக முளைத்தது. சமுதாயத்தை மாற்ற வேண்டும் என்று நினைப்பவர்களுக்கு முதன்முதலாகத் தெரிய வேண்டிய விஷயம் இது. ஆனால் கம்யூனிஸ்ட்களில் பெரும்பான்மையானவர்கள் அந்த உண்மையைப் பற்றி யோசித்ததே இல்லை. மக்களுடைய தலைவிதியைத் தாங்கள் தீர்மானிக்க முடியும் என்று நம்புகிறார் கள். ஆனால் அந்தக் காலத்தில் தெரிந்தோ தெரியாமலோ அந்த திசையை நோக்கி நகர்ந்து வந்தவர் ஜீவா. அவர் என்னிடம் இது பற்றி வெளிப்படையாக எதுவும் சொன்னதில்லை. ஆனால் இது ஒரு அடிப்படை உண்மை. ஏனெனில் மனிதர்களின்

தேவைகள், ஆசைகள் வெவ்வேறு விதமாக இருக்கின்றன. விவசாயிகளின் தேவைகள், தொழிலாளிகளின் தேவைகள் என்று பொதுவாக ஒன்றை நிர்ணயிப்பது என்பது சாத்தியமற்றது மட்டுமல்ல; அது அவர்களுக்கு சந்தோஷத்தையும் தராது. ஒவ்வொரு மனிதனுடைய தேவையும் வித்தியாசமானதாக இருக்கிறது. நீங்கள் என்ன செய்து தந்தாலும் அது அவர்களுக்கு வசதியாக இல்லாமல் போவதற்கான வாய்ப்புகள் இருக்கிறது.

பேப்பரில் பெரிதாக போட்டோ போடுகிறீர்கள். ஒரு பெரிய கூட்டத்தைக் கூட்டி, முதலமைச்சரை வைத்து, அதைத் திறந்து வைக்கச் சொல்கிறீர்கள். அவரும் வந்து மகத்தான சமுதாய மாற்றத்தை, சாதனையைச் செய்ததாகச் சொல்கிறார். எல்லோரும் கேட்டுவிட்டு நம்பிவிட்டுப் போய்விடுகிறார்கள். இதில் உள்ள குறைகள் தெரிந்தவனுக்குக் கூட அதைச் சொல்ல முதலில் தயக்கம் வந்துவிடுகிறது. தன்னைத் தாழ்வாக நினைத்துவிடுவார்களோ என்று எண்ணுகிறான். ஒரு குறிப்பிட்ட அளவுக்கு மேல் தாக்குப்பிடிக்க முடியாமல் போகும்போது சொல்ல ஆரம்பிக்கிறான். இந்தப் பார்வை இழை ஜீவாவிடம் இருந்தது. பின்னால் எனக்கு இதுமாதிரியான பல விஷயங்கள் உருவாவதற்கு ஜீவாவின் தோழமை காரணமாக இருந்திருக்கிறது.

நான் கட்சியில் உறுப்பினராக இருந்ததே இல்லை. உறுப்பினராக இல்லாத ஒருவர் எப்படி எதிர்மறையான விஷயங்களைச் சொல்லலாம் என்று ஒரு விமர்சனம் என்மீது வைக்கிறார்கள். இது மடத்தனமான ஒன்று. உறுப்பினராக இருப்பது என்பது ஒரு அட்டை சம்பந்தப்பட்ட விஷயம். நீ அந்தக் கட்சியின் மீது என்னென்ன நம்பிக்கை வைத்திருந்தாய்? கட்சியின் அனுதாபியாக இருந்த காலத்தில் என்னென்ன காரியங்கள் செய்தாய்? என்னென்ன விஷயங்கள் படித்து யார் யாரிடம் விவாதித்தாய்? இந்த மாதிரியான விஷயங்களை விட்டுவிட்டு உங்களுக்கு அடையாள அட்டை இருக்கிறதா, இல்லையெனில் பேசாதே என்று எப்படிச் சொல்ல முடியும்? இதுபற்றி விரிவாகச் சொல்ல விரும்பவில்லை. சுருக்கமாகச் சொல்கிறேன். கட்சியின் அனுதாபியாக இருந்த கொஞ்ச நாட்களிலேயே எனக்குப் பல சந்தேகங்கள் தோன்ற ஆரம்பித்தன. நான் இப்போது பேசும்போது தோழர்களைப் பல விஷயங்களில் பாராட்டிச் சொல்கிறேன். இவையெல்லாம் எனக்குக் கட்சியின் மீதும் தோழர்கள் மீதும் கோபம் இல்லை என்பதை எனக்கு நானே உறுதிப்படுத்திக்கொள்ளும் விஷயமும் கூட. எனக்கு ஏமாற்றம் இருக்கிறதே தவிர கோபம் கிடையாது.

ஸ்டாலினின் விஷயம் வெளிவந்ததும் நான் கட்சியில் இருந்த பலரிடமும் – எனக்கு யாரையெல்லாம் தெரியுமோ அவர்கள் அனைவரிடமும் – இதுபற்றிப் பேசியிருக்கிறேன். சில தோழர்

களிடம் இலக்கியம் சார்ந்த என் ஈடுபாடுகளினால் ஜீவாவைவிட நெருக்கமான நட்பு இருந்திருக்கிறது. சிற்றிதழ் இலக்கியம் சார்ந்த தளத்தில்தான் நாம் விரும்பும் விஷயங்களைச் சொல்ல முடியும்; வெகுஜன பத்திரிகைகளில் சொல்ல முடியாது என்பது எனது 20வது வயதிலேயே எனக்குத் தெரிந்துவிட்டிருந்த விஷயம். அப்படி சிறுகதைகள், நாவல்கள், தமிழ் இலக்கியம் போன்ற வற்றைப் பற்றி ஜீவாவிடம் அதிகமாகப் பேச முடிந்திருக்க வில்லை. வேறு பல தோழர்களிடம் இதுபற்றி விரிவாகப் பேசியிருக்கிறேன். எனக்கு ஒரு துன்பம் வந்துவிட்டிருந்தது; நான் நிம்மதியாக இல்லை என்பது பலருக்கும் தெரிந்துவிட்டிருந் தது. யார் யார் இதை என்னென்ன விதத்தில் பார்த்தார்கள் என்று சொல்கிறேன்.

உள்ளூரில் பல நெருக்கமான தோழர்கள் எனக்கு உண்டு. ஒருவர் பெயர் மைக்கேல் ராஜு. படிக்கக்கூடியவர். இலக்கிய ஆர்வம் கொண்டவர். எதிர்வாதங்கள் இருந்தால் உணர்ச்சி வசப்படாமல் நிதானமாக எடுத்துச் சொல்லக் கூடியவர். அன்புக்குக் கட்டுப்பட்டவர். அதனால் எனக்கும் கிருஷ்ணன் நம்பிக்கும் அவருடன் நெருக்கமாகப் பழக முடிந்தது. திரும்பத் திரும்ப அவரிடம் இது பற்றிப் பேசியிருக்கிறேன். திரும்பத் திரும்பச் சொன்னேன் என்று சொல்வதைவிட திரும்பத் திரும்பப் புலம்பினேன் என்றுதான் சொல்ல வேண்டும். அவ ருக்கு அலுப்பு ஏற்படும் அளவுக்கு அதைப் பற்றிப் புலம்பியிருக் கிறேன். இன்னொரு தோழர் இருந்தார். அவரது பெயர் மோகன். பின்னாளில் டாக்டரேட் வாங்கி, பேராசிரியராக இருந்து, பல்கலைக்கழகத்தில் துணை வேந்தராகவும் ஆனார். சாதாரண குடும்பத்தைச் சேர்ந்தவர். படிப்படியாக முன்னேறிய வர். அவர் சிறு வயதிலேயே நிறையப் படிக்கக்கூடியவர். நாம் சொல்லும் விஷயங்களை நுட்பமாகப் புரிந்துகொள்ளக் கூடியவர். அவர் கம்யூனிஸ்ட். இன்று வரையிலும் அப்படித்தான் இருக்கிறார். கம்யூனிஸ்ட் கட்சி அவருக்குச் செய்ய வேண்டிய காரியங்களையும் ஞாபகமாகச் செய்துகொண்டிருக்கிறது.

அந்த அளவுக்குப் படிப்பாளி என்று சொல்ல முடியாத தோழர்களும் இருக்கிறார்கள். ஒருவர் பெயர் எம். எம். அலி. தொழிற் சங்கப் பணிகளில் மிகுந்த ஆர்வமும் ஊக்கமும் கொண்டவர். இலக்கியம் போன்ற விஷயங்களில் ஆழ்ந்த ஞானம் உள்ளவர் என்று சொல்ல முடியாவிட்டாலும் ஈடுபாடு காட்டக் கூடியவர். ஆனால் அரசியலில் மிகுந்த ஈடுபாடு உள்ளவர். ஆத்மார்த்தமான நெருக்கமான தோழர். அவரிடம் இந்த விஷயங்களைப் பற்றிப் பேசியிருக்கிறேன். அவரிடம் பேசும்போது அதன் பின்னணி பற்றி விரிவாகச் சொன்னால்தான் அவருக்குத் தெளிவாகப் புரியும். இப்படி பலரிடம் என் சந்தேகங்களைப்

பற்றிப் பேசியிருக்கிறேன். தொ. மு. சி. ரகுநாதனிடமும் எஸ். ராமகிருஷ்ணனிடமும் விரிவாகவே பேசியிருக்கிறேன். ஒவ்வொருவரும் ஒவ்வொரு விதமாக எதிர்வினை புரிந்தார்கள். பல தோழர்களுக்கு நான் சொன்ன விஷயங்களில் உடன்பாடு இருந்தது. அவர்கள் என்ன சொன்னார்கள் என்றால் இன்னும் கொஞ்ச நாள் பொறுத்திருந்தால் இந்த விஷயங்கள் பரவலாக விவாதத்திற்கு வரும். அப்போது அவைபற்றிப் பேசிக் கொள்ளலாம்; இப்போது யாரும் சொல்லாத நிலையில் நாம் மட்டும் சொல்லவேண்டாம் என்ற நிலையில் இருந்தார்கள்.

இந்த அளவுக்குக்கூட நேர்மையாக இல்லாதவர்களும் உண்டு. முழுக்க முழுக்க என்னைப் போலவே சந்தேகங்கள் உண்டு. இந்த அளவுக்கு விஷயங்களைத் தெரிந்து வைத்திருக்கிறேனே என்று பாராட்டியதும் உண்டு. ஆனால் கட்சி என்ன மூளைக்குள் திணித்து வைத்திருக்கிறதோ அதை ஒலி எந்திரத்தின் நாடா போல அப்படியே ஒப்புவிப்பார்கள். அவர்கள் பேரில் எனக்குப் பின்னாளில் சுத்தமாக மரியாதை இல்லாமல் போய்விட்டது. அவர்களை மனிதர்கள் என்று சொல்லவே முடியாது. வெறும் எந்திரங்கள்தான் அவர்கள். அப்படிப்பட்டவர்கள் இன்றும் பழைய மந்திரங்களை ஜபித்துக்கொண்டிருக்கிறார்கள். அடையாளங்கள்தான் அவர்களுக்கு முக்கியம். சாராம்சம் அல்ல. சைவர்கள் விபூதி பூசிக்கொள்வது மாதிரி, வைஷ்ணவர்கள் நாமம் இட்டுக்கொள்வது மாதிரி புற அடையாளங்களில் மட்டுமே கவனம் கொண்டிருக்கிறார்கள்.

மார்க்சிசமே நமக்குப் பொறிகளுக்கு வசப்படாத பல்வேறு விஷயங்களை ஊடுருவிப் பார்ப்பதற்கான ஆயுதம்தான். அந்த ஊடுருவிப் பார்க்கும் திறமையைத்தான் மார்க்சிசம் உருவாக்குகிறது. அந்தக் கருவியைப் பயன்படுத்திக் கொள்ள வேண்டும் என்ற ஆசையே இல்லாமல் ஜடம்போல் இருப்பார்கள். கட்சி உறுப்பினர்களுக்கு ஒரு கூட்டம் நடக்கும். கட்சி அனுதாபிகளுக்கு ஒரு கூட்டம் நடக்கும். இரண்டிலும் வெவ்வேறு விதமாகப் பேசுவார்கள். இவற்றைப் பற்றியெல்லாம் நான் தெரிந்துகொண்டிருந்தேன்.

எல்லா இயக்கத்திலும் அப்படி இருக்கிறதே . . .

பிற இயக்கங்கள் பற்றி எனக்கு அவ்வளவாகத் தெரியாது. ஒரு தடவை கட்சி அனுதாபிகளுக்கும் உறுப்பினர்களுக்குமான கூட்டம் ஒன்று நடக்க இருந்தது. தோழர்கள் தங்கள் நண்பர்களை அழைத்து வரலாம் என்று சொன்னார்கள். புதிதாக வருபவருக்கு கம்யூனிசம் பற்றி எதுவும் தெரிந்திருக்க வேண்டிய அவசியமே இல்லை. நாம் சொல்வதைக் காது கொடுத்துக் கேட்டால் போதும். சிலருக்கு ஆழ்ந்த வெறுப்பு இருக்குமே, அப்படி

இல்லாமல் சொல்வதைக் கேட்டுக்கொள்ளும் அளவுக்கான திறந்த மனம் இருப்பவர்களை அழைத்து வரலாம் என்றார்கள். என் நண்பர் என்னை அழைத்துக்கொண்டு போனார்.

அன்று பேச வந்தது பி. ராமமூர்த்தி. ஜீவாவுக்கு இல்லாத ஒரு இமேஜ் அவருக்கு அன்று கட்சியில் இருந்தது. அந்த இமேஜ் மிகைப்படுத்தப்பட்ட ஒன்றுதான் என்று நான் பின்னால் தெரிந்து கொண்டேன். ஆங்கிலத்தில் சரளமாகப் பேசக்கூடியவர். மகா புத்திசாலி என்றெல்லாம் அவரைப் பற்றிச் சொன்னார்கள். அது உண்மையாகவே இருக்கலாம். வட இந்தியத் தலைவர்களுடன் நெருக்கமான பழக்கம் உடையவர். ரொம்ப அதிக அளவுக்குத் தொடர்புகளும் செல்வாக்குமுள்ள தலைவர். அவர் பேசினார். பேச்சில் நான் கேள்வி கேட்பதான விஷயம் வந்தது. அப்போது என்னை அழைத்துச் சென்ற தோழர் – அவர் கட்சி உறுப்பினராக இருந்தார் – என் தொடையைக் கிள்ளினார். அதாவது நீங்கள் கேட்க வேண்டியதைக் கேளுங்கள் என்று அதற்கு அர்த்தம். நான் எழுந்து நின்றேன். உடனே ராமமூர்த்தி 'என்ன?' என்றார். அவர் 'என்ன' என்று கேட்ட தொனி எனக்குப் பிடிக்கவில்லை. நான் அந்த விஷயத்தை விரிவாகச் சொன்னேன். இது சம்பந்தமாக சந்தேகங்கள் இருக்கின்றன என்று சொன்னேன். அவர் அருகில் இருந்தவரிடம் ஏதோ கேட்டார். என்ன கேட்டார் என்றால் இவன் உறுப்பினனா? அனுதாபியா? அந்தக் கேள்விதான் கேட்டிருப்பார் என்று நான் ஊகிக்கிறேன். கேட்டதும், 'கீழே உட்காரப்பா' என்றார். என் மனது தாங்க முடியாத அளவுக்குப் புண்பட்டுவிட்டது. நான் உட்கார்ந்துவிட்டேன்.

கட்சி பற்றி எனக்கு அன்று இருந்த இமேஜ் ரொம்பவும் ரொமான்டிக்கானது. அந்த வயதில் அப்படித்தான் இருந்தது. அதெல்லாம் எனக்கு உடைந்துபோனதுபோல் ஆனது. ஜீவாவிடம் எனக்கு நெருக்கமானவர்கள் இது பற்றிச் சொல்லியிருக்கிறார்கள். ஆறேழு மாதங்கள் கழித்து ஜீவா என்னைப் பார்க்க வந்தார். என்னைப் பார்க்க வருவது என்பது சகஜமான ஒரு விஷயம்தான். இப்போது நினைத்தால்தான் ஆச்சரியமாக இருக்கிறது. எங்கள் வீட்டுக்குப் பக்கத்தில்தான் டாக்டர் கோபாலபிள்ளை இருந்தார். நிச்சயமாக அவரைப் பார்க்க வருவார். வேறு சில நண்பர்களும் என் வீட்டைச் சுற்றி இருந்தார்கள். அவர்களைப் பார்க்க வருபவர் அப்படியே என் வீட்டிற்கும் வருவார். அன்று வந்து பேசிக்கொண்டிருந்தார். அன்று பேச்சு முடிந்த பின்னும் இன்னும் ஏதோ பேசுவதற்கு பாக்கி இருப்பதுபோல் உட்கார்ந்து கொண்டிருந்தார். நானாக அந்த விஷயத்தைச் சொல்வேன் என்று அவர் நினைத்தார். எனக்கு அவரிடம் அதைச் சொல்ல வேண்டும் என்று தோன்றவில்லை. அது முறையான காரியமல்ல என்று தோன்றியது.

ஏனெனில் அவருக்குப் பிரச்சினையான விஷயம் அது. அவரை ரொம்ப தர்மசங்கடமான நிலைக்குத் தள்ளக்கூடிய விஷயம். எனக்கு அதுமாதிரியான விஷயங்களைப் பகிர்ந்துகொள்ள பல்வேறு எழுத்தாளர்கள் அப்போது நண்பர்களாக உருவாகி விட்டிருந்தார்கள்.

திருநெல்வேலியில் இருந்த முக்கியமான தோழர்கள் எல்லோருமே என் நண்பர்களாகத்தான் இருந்தார்கள். அவர்களுக்கு இலக்கியத்தில் ஈடுபாடு உண்டு. தத்துவங்களில் – மார்க்சிய தத்துவங்களில் – அதிக ஈடுபாடு உண்டு. நிறைய புத்தகங்கள் படிப்பார்கள். பிறரிடம் பகிர்ந்துகொள்வதிலும் ஆர்வம் உண்டு. பல தளங்களில் படிப்பார்கள். அரசில் விஷயங்களில் சிலருக்கு ஈடுபாடு இருக்கும். வானமாமலை போன்றவர்களுக்கு ஆராய்ச்சிகளில் ஈடுபாடு இருந்தது. ரகுநாதன் போன்றவர்களுக்கு விமர்சனம், படைப்பிலக்கியம், கவிதை, ஆராய்ச்சி போன்றவற்றில் ஈடுபாடு இருந்தது. பாலதண்டாயுதமெல்லாம் முழுக்க முழுக்க ஒரு அரசியல் கண்ணோட்டத்திலேயே விஷயங்களைப் பேசுவார். அவருக்குப் பல விஷயங்கள் தெரியும் என்றாலும் அரசியல் கண்ணோட்டத்திலேயேதான் பேசிக்கொண்டிருப்பார். அபூர்வமாக இலக்கிய விஷயங்களும் பேசியிருக்கிறார். எங்கள் எல்லாருக்குமே எஸ். ராமகிருஷ்ணனைத் தெரியும். திருநெல்வேலிக்கு, நாகர்கோவிலுக்கு அடிக்கடி வருவார். கட்சிக்குள் இருக்கும் முக்கியமான அறிவாளிகளில் ஒருவர் என்ற எண்ணம் அவரைப் பற்றிப் பலருக்கு இருந்தது. எனக்கும் இருந்தது. அவர்கள் அனைவருமே ஓரளவுக்கு என் வயசை ஒட்டியவர்கள்.

ஜீவா சற்றுப் பெரியவர். அதோடு தமிழக அளவில் பரவலாக அறியப்பட்ட பெரிய தலைவர். அவரிடம் போய் இதைப்பற்றிப் பேசி அவருக்கு சங்கடத்தை உருவாக்க வேண்டாம் என்று நினைத்தேன். அவருக்கு அந்த விஷயம் தெரிந்ததால் அவராகவே கேட்டார், ‘நீ இப்போ ரொம்ப வருத்தத்தில் இருக்கிறாயோ’ என்றார். ‘ஆமாம்’ என்றேன். ‘ஸ்டாலினை விட்டுவிடுங்கள். அது வேறு விஷயம். இப்போது இங்கும் கட்சிக்குள்ளேயே வேறு ஸ்டாலின்கள் இருக்கிறார்களோ என்று சந்தேகமாக இருக்கிறது’ என்றேன். உண்மையாக என் அப்பா ஒரு ஸ்டாலின். அந்த மாதிரியான ஸ்டாலின்களுடன் வாழ முடியாது என்பதால்தான் நான் கட்சிக்கே வந்தேன். தத்துவம் படித்து நான் கட்சிக்கு வரவில்லை. கட்சி ஆட்களுடன் பழகியபோது அவர்களிடம் உணர்ந்த தோழமை, பெரிய விஷயங்களைப் படித்துத் தெரிந்துகொள்ளும் அவர்கள் குணம், பகிர்ந்துகொள்ளக் கிடைக்கும் சந்தர்ப்பங்கள் இது போன்ற விஷயங்கள் தேவையாக இருந்ததால்தான் நான் கட்சிக்கு வந்தேன். நான் சொல்வது தப்பாக இருக்கலாம்; உளறலாக இருக்கலாம். அந்த வயசு

உளறுவதற்கான வயசும்தான். என்னுடைய அப்பா எப்படிப் பேசுவாரோ அப்படித்தான் அந்தத் தலைவர் அன்று பேசினார். எனக்கு ஸ்டாலின் பேரில் கோபம் வந்ததுக்குக் காரணமே என் அப்பாவுக்கும் அவருக்கும் பொதுவான சில அம்சங்கள் இருந்ததினால்தான் என்று நினைக்கிறேன். ஆனால் என் அப்பா அதிகாரத்துக்கு வந்திருந்தால் ஸ்டாலினைப் போல செயல்பட்டிருப்பாரா என்று சொல்லத் தெரியவில்லை. ஒரு வெளிப்படையான அதிகாரத் தன்மைதான் அவரிடம் இருந்ததே தவிர, உள்ளுக்குள் அவர் ஒரு மென்மையானவராகவும் பயந்த சுபாவம் கொண்டவராகவும்தான் இருந்தார் என்ற எண்ணம் தான் எனக்கு இருக்கிறது.

ஸ்டாலின் செய்திருந்த கொடுமைகள் என் மனதில் ஆழ மாகப் பதிந்திருந்தன. நான் ஒரு புத்தகத்தைப் பற்றிச் சொன்னால் அதுக்கு இவர்கள் ஒரு காரணம் சொல்வார்கள், 'அது அமெரிக்கன் எழுதின புத்தகம் தானே?' அமெரிக்கர்கள் எது எழுதினாலும் பொய்தான் சொல்லுவார்கள்; அதே மாதிரி ரஷ்யர்கள் என்ன சொன்னாலும் அது உண்மையாகத்தான் இருக்கும், என்ற பாகுபாட்டை நான் ஏற்றுக்கொள்ளவில்லை. இரண்டு பக்கங் களிலும் நல்ல விஷயங்கள் இருக்கத்தான் செய்யும். அமெரிக் காவிலேயே அமெரிக்க அரசாங்கத்தை வன்மையாக எதிர்க்கக் கூடியவர்கள் இருக்கத்தான் செய்கிறார்கள். நான் ஒருதடவை ஹாலிவுட் படம் ஒன்று பார்க்கப் போனேன். அந்தப் படம் எனக்கு ரொம்பப் பிடித்திருந்தது. நான் எல்லாரிடமும் அந்தப் படம் பற்றி உயர்வாகச் சொன்னேன். அப்போது ஒரு தோழர் கேட்டார், 'ஹாலிவுட்டில் எடுக்கப்பட்ட படம். அது எப்படி உயர்வாக இருக்க முடியும்?' என்றார். இதுமாதிரி அவர்கள் மனதில் எவ்வளவோ முன்முடிவுகள் இருக்கின்றன. எனக்கு அது ஹாலிவுட்டில் எடுக்கப்பட்டிருப்பதோ, யார் யார் நடித்தது என்பது பற்றியோ எதுவும் தெரியாது. அது மிகச் சிறந்த படம்தான் என்று சொன்னேன். அப்படி ஒருவர் அழுத்திச் சொல்வது அவர்களுக்குப் பிடிக்காது.

ஹெமிங்வே சிறந்த எழுத்தாளர் என்று சொன்னால் பிடிக் காது. அவர் ஒன்றும் கம்யூனிஸ்ட் இல்லையே. கார்க்கி, ஷோலக் கோவ் இவர்கள்தான் சிறந்த எழுத்தாளர்கள். அவர்கள் சொன்ன தைத் தவிர வேறு விஷயங்கள் பல சொல்லி பலர் சிறந்த எழுத்தாளர்களாக உருவாகியிருக்கிறார்களே. அவர்களுக்கு இந்த எழுத்தாளர்கள் எல்லாம் இரண்டாம் பட்சமானவர்கள் தான். அப்புறம் இன்னொன்று, அதாவது முதலாளித்துவ நாட்டிலிருந்து சிறந்த எழுத்தாளர் உருவாக முடியாது என்றொரு விசித்திரத் தத்துவம். அங்கு கட்டுப்பாடும் அடிமைத்தனமும் தானே இருக்கிறது. அப்போது படைப்பு சுதந்திரமேது? அது

ஜீவா

இல்லையென்றால் எப்படி ஒரு சிறந்த எழுத்தாளர் உருவாக முடியும் என்று கேட்பார்கள்.

ஒரு தடவை 'சோவியத் லிட்டரேச்சர்' சஞ்சிகையில் நான் ஒரு ஓவியத்தைப் பார்த்தேன். லெனினின் ஓவியம். ரொம்ப அற்புதமான ஓவியம்தான். பத்து பன்னிரண்டு ஓவியர்கள் அதில் கையெழுத்திட்டிருந்தனர். அந்த விவரத்தைச் சொல்லி நண்பரிடம் கேட்டேன். ஒரு தோழர் சொன்னார், 'ஆமாம். அவர்கள் அனைவரும் சேர்ந்து வரைந்திருப்பார்கள்' என்றார்.

நான் கேட்டேன், 'அப்படியானால் ஒருவர் கண்ணை வரைந்திருப்பார். ஒருவர் மூக்கை வரைந்திருப்பார். ஒருவர் ஒரு உதட்டை வரைந்திருப்பார். இன்னொருவர் இன்னொரு உதட்டை வரைந்திருப்பார் என்றா சொல்கிறீர்கள்' என்றேன்.

'இது ஒரு குதர்க்கமான கேள்வி' என்றார்.

'ஆமாம், குதர்க்கமான கேள்விதான். பதில் சொல்லுங்கள்' என்றேன்.

அதற்கு, 'அந்த ஓவியர்கள் ஒவ்வொருவரும் கூடி விவாதித்து வரைந்திருப்பார்கள்' என்றார்.

'புத்தகங்கள் எழுதும்போது நாம் பலரிடம் விவாதிக்கிறோம். பல இடங்களுக்குச் சென்று பார்த்து வருகிறோம். அப்போதெல்லாம் இப்படிக் கையெழுத்துப் போடுவதில்லையே' என்றேன்.

உடனே அவர், எப்போது நான் என்ற சிந்தனை உங்களை விட்டுப் போகிறதோ அப்போதுதான் கூட்டுச் சிந்தனை உங்களுக்கு ஏற்படும். ஒருவர் படத்தை வரைந்து தன் கையெழுத்தைப் போடுவது என்பது முதலாளித்துவ சிந்தனை. அப்படிச் செய்தால்தான் அது உங்களுக்கு முக்கியத்துவமானதாகத் தெரியும். சோசலிச சமுதாயத்தில் எல்லாரும் கூடித்தான் ஒரு விஷயத்தைச் செய்வார்கள்' என்றார். எந்தக் காலத்திலாவது கலைகள் அப்படி உருவாகுமா என்று எனக்குச் சந்தேகமாக இருந்தது. ஒரு கட்டிடம் வேண்டுமானால் அப்படி உருவாகலாம். அப்போதுகூட அதைக் கட்ட திட்டமிட்ட ஒரு தனி நபருக்குப் பிரதானமான பங்கிருக்கும். காவியமோ இசையோ சிற்பமோ பலர் கூடிச் சிந்தித்து உருவாகவே உருவாகாது.

இசையில் பல பேர் பங்கெடுத்துக்கொள்வதுண்டு என்றாலும் ஒவ்வொருவரும் என்னென்ன செய்ய வேண்டும் என்பது பற்றி முதலில் ஒருவர் முடிவு செய்திருக்கிறார். அவரது சிந்தனை தான் அவரது இயக்கத்தில் அமுலாகிறது. அதன் கூட்டுத் தொகையை ஒருவர் முதலிலேயே கற்பனை செய்து பார்த்துத் தான் அதை கம்போஸ் செய்திருப்பார். அவரைத்தான் நாம்

பெரிய இசைமேதை என்று சொல்கிறோம். அவர் இல்லை யென்றால் இவர்களால் எதுவுமே செய்ய முடியாது. தங்களுக்கு என தரப்பட்டிருக்கும் இடத்திற்குள் நுழைந்து அந்த இசைக் குறிப்புகளை வாசித்துவிட்டு வெளியே வந்துவிடுவார்கள். ஒரு பெரிய இசை மேதையைப் பற்றிச் சொல்லும்போது அவரது குழுவில் யார் யார் இருந்தார்கள் என்பது பற்றி நமக்கு எதுவும் தெரியாமல்தான் இருக்கும். அப்படித்தான் இயற்கையாக அமைகிறது.

கம்பன் எழுதியபோதுகூட எல்லாவற்றையும் அவரா கையால் எழுதியிருப்பார்? வேறு பலர் தான் ஏடுகளில் எழுத உதவி புரிந்திருப்பார்கள். ஆனால் அந்தக் காவியத்தை உருவாக்கியது கம்பன்தான். அதில் சந்தேகமே இருக்க முடியாது. எல்லா தேசங்களிலும் – கம்யூனிச தேசங்களிலும் கூட – கலை என்பது இப்படித்தான் இருக்கும். மார்க்ஸ் ஏங்கெல்ஸ் எழுதிய On Literature என்றொரு புத்தகம் இருக்கிறது. மார்க்ஸ் இலக்கியம் பற்றிச் சொன்னது என்பதால் அதை ஆழ்ந்து படித்திருக்கிறேன். அதில் அவர் அப்படி ஏதாவது சொல்லியிருக்கிறரா என்று சொல்லுங்கள் என்று கேட்டேன். இப்படிப் பல விஷயங்கள் பேசி வந்திருந்தோம்.

அது மாதிரியான ஒரு சந்தேகத்தைப் பற்றி ராமமூர்த்தியிடம் கேட்டபோது அவர் அதற்குக் கீழே உட்காரும்படி அதட்டிச் சொன்னார். அது எனக்குப் பிடிக்கவில்லை என்றேன் ஜீவா விடம். ஜீவாவுக்குக் கட்சியை விட்டுக்கொடுக்கக் கூடாது என்றொரு எண்ணம் உண்டு. அதை நான் நியாயமான ஒரு விஷயமாகவேதான் பார்க்கிறேன். கட்சியின் ஓட்டைகளை வெளியில் போய் சொல்லிக்கொண்டே வந்தால் கட்சி பலவீன மாகிவிடும். அவர் சொன்னார், 'ஒரு கட்சிக்குப் பல ஆட்கள் வெவ்வேறு விதமான பங்களிப்புகள் செய்துவருகிறார்கள். அந்த முறையில் பி. ஆருக்கு ஒரு பெரிய பங்கிருக்கிறது. ஏகப் பட்ட பங்களிப்பு செய்திருக்கிறார். தமிழகத்தில் கம்யூனிஸ்ட் கட்சி வளர்ந்ததற்கு அவரும் மிகப்பெரிய காரணம்தான். நாம் பி. ஆரிடம் வருத்தப்படும்போதே அவர் என்னென்ன செய்திருக்கிறார் என்பதையும் தெரிந்துகொண்டிருக்க வேண்டும். அவரும் அப்படிச் சொல்லியிருக்கக் கூடாதுதான். நீ புதிதாக வளர்ந்துவரும் ஒரு இளைஞன். உன்னைப் பற்றியும் அவர் தெரிந்துகொண்டிருக்க வேண்டும். அவர் இதற்கு முன்பே உன்னை வந்து பார்த்திருக்க வேண்டும். பொதுவாக அப்படிச் செய்வதுண்டு. புதிதாக யாராவது வளர்ந்து வருகிறார்கள் என்றால் கட்சியில் இருக்கும் பெரிய தலைவர்கள் போய் பார்த்து வருவது வழக்கம். இப்படி நடந்துவிட்டதே என்று நீ வருத்தப்படவே செய்யாதே.

ஒவ்வொருவரும் ஒவ்வொரு விஷயத்தைச் செய்திருப்பார்கள். யார் யாருக்கு எதில் ஈடுபாடு உண்டோ அதைப்பற்றித்தான் நீ அவர்களிடம் பேச வேண்டும். ஓவியம் பற்றி பேச வேண்டிய திருக்கிறது என்று வைத்துக்கொள்வோம். கம்யூனிஸ்ட்களுக்கு ஓவியத்தில் ஈடுபாடு இருக்கக்கூடாது என்றில்லை. பிக்காஸோ கூட கம்யூனிஸ்ட் அனுதாபிதான். பல இசை மேதைகள் கம்யூனிஸ்ட் அனுதாபிகளாக இருக்கிறார்கள். பால் ராபின்சன் என்றொரு அமெரிக்க பாடகர். கறுப்பர் இனத்தைச் சேர்ந்தவர், அவர் தீவிரமான ஒரு கம்யூனிஸ்ட் அனுதாபிதான். அவர்கள் எல்லாரிடமும் இசையைப் பற்றியோ ஓவியத்தைப் பற்றியோவா பேசிக்கொண்டிருப்பார்கள்? கட்சிக்குள் யாருக்கு ஓவியத்தைப் பற்றித் தெரியுமோ அவர்களிடம்தான் நீ அதைப்பற்றிப் பேச வேண்டும். ஒரு விதத்தில் உனக்குக் கட்சியின் அமைப்பு, விஷயங்கள் போன்றவை தெரியாத காரணத்தினால்தான் நீ தோழர் ராமமூர்த்தியிடம் அதுபற்றிக் கேட்டிருக்கிறாய். தொழிற் சங்கம் பற்றி அவரிடம் கேட்டிருந்தால் உன்னிடம் பதில் சொல்லியிருப்பார். நீ கேட்ட கேள்வி அவரிடம் கேட்டிருக்க வேண்டிய கேள்வியே அல்ல. அவரும் கூட, இது பற்றி எனக்கு இப்போது தெரியவில்லை; பின்பு யோசித்துப் பார்க்கிறேன்; நீ நினைப்பதுபோல் தவறான காரியம் நடக்காது என்பதுதான் என் எண்ணம் என்றெல்லாம் சொல்லியிருக்கலாம். அதைப் பற்றி நாம் விரிவாகப் பேசுவோம் என்று சொல்லியிருக்கலாம். அல்லது உன்னை ஊக்குவிக்கும் விதமாக நீ என்னென்ன படிக்கிறாய் என்று கேட்டிருக்கலாம்' என்றார்.

ஜீவா, கட்சியின் நிலைப்பாட்டிற்கு முரணாக எதுவும் சொல்ல வில்லை. ஆனால் எனக்குக் கொடுத்த சமாதானம் இருக்கிறதே அது ரொம்ப அதிகமானது. நீளமானது. என் உணர்ச்சியை அவர் எந்த அளவுக்கு மதித்தார் என்பது முக்கியமான விஷயம். கட்சிக்குள் வந்துவிட்டவன், அல்லது அந்த வழியில் வந்து கொண்டிருப்பவன் யாராக இருந்தாலும் – அவன் உறுப்பினராக ஆகவும் செய்யலாம், ஆகாமலும் இருக்கலாம் – அவனைக் கட்சியின் மீது அக்கறை கொண்டவனாக ஆக்கிவிட வேண்டும் என்று அவர் நினைப்பார். ஒரு வக்கீல் கட்சி அனுதாபியாக இருக்கிறார். அவர் கட்சி உறுப்பினர் அல்ல. ஆனால் மாதத்துக்கு ஐந்தாறு வழக்குகள் கட்சி சார்பில் வாதாடுகிறார். அப்படி முப்பது வருடங்கள் செயல்படுகிறார். அவர் கட்சி உறுப்பினர் இல்லையே என்று சொல்ல முடியுமா? கட்சி உறுப்பினரைவிட அதிக சேவை செய்தது அவரல்லவா? அடிக்கடி யாராவது தோழர்கள் வழக்குகளில் மாட்டிக்கொண்டு விடுவார்கள். அவர்களை ஜாமீனில் கொண்டுவர வேண்டும். அது ஒரு பெரிய விஷயம்தானே. அப்படி நீங்கள் பார்த்தீர்களென்றால் ஒரு ஊரில் ஒரு வக்கீல்தான் அப்படி உதவி செய்யக் கூடியவராக

இருப்பார். வேறு வக்கீல்கள் எல்லாம் சின்ன விஷயத்துக்குக்கூட ஆயிரம் ரூபாய் ஃபீஸ் வாங்குவார்கள். அப்படி கட்சிக்குப் பலபேர் உதவி செய்துவருகிறார்கள் என்ற எண்ணம் ஜீவாவுக்கு உண்டு.

ஒரு அம்மா இருப்பார்கள். அவர்களுக்கு கார்ல் மார்க்சின் புத்தகம் பற்றி எதுவும் தெரிந்திருக்காது. ஆனால் ஏதாவது சின்ன கூட்டம் ஏற்பாடு செய்தால் தோழர்களுக்கு அந்த அம்மா சாப்பாடு செய்துதர முடியும். காலையிலும் மத்தியானமும் சாப்பாடு செய்துதருவார்கள். சாயந்திரம் பஜ்ஜி அல்லது வடை போட்டுக் கொடுத்துக் கடைசியில் ஒரு குறைந்த அளவு தொகையை வாங்கிக்கொள்வார்கள். இந்த அம்மா செய்வதும் கட்சிக்குப் பெரிய சேவைதான். அப்படியான அம்மாவைப் பார்ப்பதில் ஜீவா ரொம்ப சந்தோஷப்படுவார். நீங்கள் செய்த சாப்பாடு நன்றாக இருந்தது. தோழர்களில் சிலர் நல்ல சாப்பாடு மட்டுமே சாப்பிடுவார்கள். ராமசாமி என்று ஒருவன் இருக் கிறான். அவன் நல்ல சாப்பாடு மட்டுமே சாப்பிடுவான். அவன் உங்கள் சாப்பாட்டைப் பற்றிப் புகழ்ந்து சொன்னான் என்று தூக்கிவிடுவார். எனக்காவது ஒரு பின்னணி இருக்கிறது. படிப்பதில், விஷயங்களைத் தெரிந்துகொள்வதில் ஆர்வம் இருக்கிறது. இவனைப் புகழ்ந்து சொன்னால் பின்னால் பிரயோ ஜனமாக இருக்கும் என்று செய்யலாம். ஆனால் அந்த வயதான அம்மாவைப் புகழ்வதில் என்ன நோக்கம் இருக்க முடியும், ஆத்மார்த்தமான அன்பைத் தவிர.

இன்னொரு விஷயம் பற்றிச் சொல்கிறேன். எங்கள் ஊரில் ஒரு நாவிதர் இருந்தார். அவர் பெயர் முத்து. உங்களுக்குத் தெரியுமே, கிராமங்களில் பிறப்பால் சாதி சார்ந்துதானே எல்லாரும் அறியப்படுகிறார்கள். குறிப்பிட்ட சாதியினருக்குத் தான் அந்த காரியங்களைச் செய்ய முடியும். அதுதான் ஆகக் கஷ்டமான நிலைமை. அந்த நாவிதர் அங்கிருந்து கிளம்பி டவுனுக்கு வந்து ஒரு கடை போட்டால் அந்த விஷயம் முதலில் அடிபட்டுவிடும் என்று நினைத்தார். அதாவது குறிப்பிட்ட சாதிக்கு நாவிதராக இருப்பது என்பது மாறிப்போய் தலைமுடி வளர்ந்தவர்களுக்கெல்லாம் அந்தக் காரியத்தைச் செய்யும் 'கௌர'வத்தை அடைகிறார். அது ஒருவகையில் பெரிய, கௌரவ மான விஷயம் அவருக்கு. அந்த நிலைக்கு அவர் உயர்ந்திருந்தார்.

எங்கள் ஊரில் ஒரு விஷயம்... ஜீவாவுக்கு எங்கு போனாலும் காசு செலவழிக்கவே முடியாது. அவர் தந்தால் யாரும் வாங்கிக் கொள்ள மாட்டார்கள். ஒரு லாலா மிட்டாய் கடையில் போய் ஏதாவது வாங்கிச் சாப்பிடுவார். இவருக்கு அவரைத் தெரிந்திருக் காது. ஆனால் அந்தக் கடைக்காரருக்கு ஜீவாவைத் தெரிந்திருக் கும். வேண்டாம் என்று சொல்லிவிடுவார். சென்னையில்,

ஜீவா 53

வேறு ஊர்களில் எப்படி என்று எனக்குத் தெரியாது. நடந்து போகும்போது ஒரு கடையைப் பார்ப்பார். நாலைந்துபேர் கடையில் ஏதாவது வாங்கிக்கொண்டிருக்கிறார்கள், வியாபாரம் நடந்துகொண்டிருக்கிறது என்றால் அவர் பாட்டுக்குப் போய் விடுவார். இல்லையென்றால்தான் உள்ளே நுழைவார். ஒரு நாள் முத்துவின் கடைக்குள் நுழைந்தார்.

அந்தக் கடையில் எட்டு நீர்த் தொட்டிகளில் மீன்கள் இருந்தன. எனக்குச் சின்ன வயதில் அந்தக் கடையில் மீன் தொட்டி இருந்ததைப் பார்த்தபோது ஏற்பட்ட சந்தோஷத்துக்கு அளவே கிடையாது. எவ்வளவு பெரிய விஷயம்! பொதுவாக பார்பர் ஷாப்பிற்கு வருபவர்களிடம் இருக்கும் பெரிய குறை முடி வெட்டும்போது தலையை அங்கும் இங்குமாகத் திருப்பிக் கொண்டே இருப்பார்கள். அதை ஒரே நிலையில் நிறுத்துவது தான் பெரிய பிரச்சினையே. இந்த மீன் தொட்டிகளில் ஏதாவது ஒன்றில் ஒருவரது பார்வை பதிந்துவிட்டதென்றால் தலை திரும்பாது. எவ்வளவு பிரமாதமான யோசனை அது! பொதுவாக சாதாரண கடைகளில் முடி வெட்டிக்கொள்ளும்போது சீக்கிர மாக வெட்டி முடித்தால் தேவலை என்று தோன்றும். ஆனால் இந்தக் கடையில் காலம் போவதே தெரியாது. ஒரு கலைப் பாங்கான இடம் என்ற உணர்வு ஏற்படும்.

ஜீவா, முத்துவிடம் போய் சும்மா பேசிக்கொண்டிருப்பார். முத்துவின் ஒரு மகள் நர்ஸாக இருந்தாள். அவள் எங்கள் அம்மாவுக்கு ஊசி போட வருவாள். என் அம்மாவுக்கு அவள் செல்லக் குழந்தைபோல் ஆகியிருந்தாள். டாக்டருக்கு போன் பண்ணும்போது என் அம்மா 'தாயியை அனுப்புங்கள்' என்று தான் சொல்லுவாள். டாக்டரும் வேறு யாரையும் அனுப்பாமல் அவளைத்தான் அனுப்புவார். அவளுக்கு ஒரு அரை மணி நேரம்தான் எங்கள் வீட்டில் வேலையிருக்கும். ஆனால் அவள் மூன்று மணிநேரம் இருந்து பேசிவிட்டுப் போவாள். அவள் பேரில் ஒரு நெருக்கமான உறவு வந்துவிட்டிருந்தது எங்கள் குடும்பத்தினருக்கு.

அந்தக் கடையில் ஜீவா பேசிக்கொண்டிருக்கும்போது முத்து அவரது தலையைப் பார்ப்பார். 'டயம் ஆயாச்சு' என்பார் ஜீவாவைப் பார்த்து. உடனே ஜீவா தலையைக் கோதிப் பார்ப் பார். 'கொஞ்சம் கழியட்டுமே' என்பார். 'வேண்டாம் இப்போ வந்திருக்கிறீர்கள். வேலையை முடிச்சிடுவோம். நாளைக்குக் கோவில்பட்டிக்கு எங்கையாவது கூட்டத்துக்குப் போய்விடுவீர் கள்' என்று அதட்டுவார். ஜீவா உடனே போய் உட்கார்ந்து கொள்ளுவார். முடி வெட்டும்போது அவர்கள் பேச்சுக் கொடுத்த படியே வெட்டுவார்கள். அவர்களுக்கு ஊர்க் கதைகள், வம்புகள் அவ்வளவும் தெரிந்திருக்கும். குமுதத்தில் கிசுகிசு போடுகிறானே,

அது மாதிரி யார் யாருக்கு என்னென்ன கிசுகிசுக்கள் பிடிக்கும் என்பது தெரிந்து அதற்குத் தகுந்தாற்போல் பேசுவார்கள். அதற்கு எவ்வளவோ உதாரணங்கள் சொல்லலாம்.

அமெரிக்க ஹேர் டிரஸ்ஸர்ஸ்கூட இப்படிச் செய்கிறார்கள். அமெரிக்காவில் ஹேர் டிரஸ்ஸிங் படித்து இருப்பார்களே, அவர்கள்கூட இப்படிப் பேச்சுக்கொடுத்தபடியேதான் சிகையலங் காரம் செய்கிறார்கள். அவர்களுக்கு எந்த இன்ஸ்டிட்யூட் சர்டிபிகேட் கொடுத்திருக்கிறதோ அதற்குத் தகுந்தாற்போல் சம்பளம் இருக்கும். அங்கு அப்படி ப்ரொபெஷனலாக அந்தப் பணி நடக்கிறது. அமெரிக்காவில் இருக்கும் என் மகளுடன் ஒரு முறை நான் ஒரு ஹேர் டிரஸ்ஸர் ஷாப்புக்குப் போயிருந் தேன். அவர்கள் இருவரும் ஒரு கண்ணாடிக் கூண்டுக்குள் இருந்தார்கள். நான் வெளியில் இருந்தேன். என் மகளுக்கு முடிவெட்டியபடியே அந்தப் பெண் ஏதோ பேசிக்கொண்டே யிருந்தாள். என் மகள் சிரித்துக்கொண்டே இருந்தாள். அவள் திடீரென்று ஏதோ நடித்துக் காட்டத் தொடங்கிவிட்டாள். வெளியில் வந்ததும் கேட்டேன் என்ன பேசினாள் என்று. ‘அவளுக்கு என்னென்னவெல்லாம் தெரிந்திருக்கிறது. என்னை எவ்வளவு அழகாக என்டெர்டெயின் பண்ணுகிறாள்’ என்றாள். அப்போது நான் நினைத்துக் கொண்டேன் இது ஒரு உலகளாவிய விஷயம் போலிருக்கிறது என்று.

ஆமாம் அவர்கள் அதை சைக்காலஜி போன்றவற்றைப் படித்துத் தெரிந்துகொண்டிருப்பார்கள். இங்கிருப்பவர்களுக்கு அது இயல் பாகவே வந்திருக்கும்.

ஆமாம். ஆனால் ஜீவாவுக்கு அது தேவையே இல்லை. முத்து பேச ஆரம்பிப்பதற்கு முன்னால் இவராகவே பேச ஆரம்பித்து விடுவார். அப்படி பேசிப்பேசி அந்தக் கடையில் பணிபுரிந்து வந்த ஒருவருக்கும் ஜீவாவுக்கும் இடையே நெருக்க மான நட்பு உருவானது. ஏற்கெனவே அவனுக்குக் கட்சி பேரில் அனுதாபம் இருந்தது. நமது வாழ்க்கை ரொம்ப மோச மானதாக இருக்கிறது, நாம் எங்காவது போய்த் தொண்டாற்ற வேண்டும் என்ற மனோபாவத்தில் இருந்தான். இது பல காலங்களாக நடந்தது. எப்படி என்று எனக்குத் தெளிவாகத் தெரியவில்லை. பின்னால் அவன் கட்சி அனுதாபியானான். அப்போதும்கூட அவன் தொடர்ந்து அந்த வேலையைச் செய்து வந்திருக்கலாம். ஆனால் ஒரு குறிப்பிட்ட சந்தர்ப்பத்தில் அவன் வேலையை விட்டுவிட்டுக் கட்சியில் சேர்ந்துவிட்டான். ஜீவா வுடன் ஒருவருக்குப் பழக்கம் ஏற்படப்போக அது அவரது வாழ்க்கையில் என்ன மாற்றத்தை ஏற்படுத்துகிறது என்பதற்காக இதைச் சொல்கிறேன். அந்த முத்து கடையில் பணியாற்றியவர். பின்னர் கட்சியில் முக்கியமான பதவி – செயலாளர் பதவி –

வரை வந்தார். கிராமத்திலிருந்து வந்தவர் இல்லையா, அதனால் பிறருடன் சில சமயங்களில் சண்டை வந்துவிடும். அவர் கோபித்துக்கொண்டு கட்சி அலுவலகம் பக்கமே வராமல் இருந்துவிடுவார்.

ஜீவா வந்ததும் சொல்வார்கள், அவர் கட்சி அலுவலகத்துக்கு வந்து ஒரு மாதமாகிறது என்று. உடனே இவர் நீங்கள் என்னப்பா செய்தீர்கள் என்பார். அடிக்கடி கோபப்பட்டுக்கொண்டே போகிறார் இல்லையா, போனால் போகட்டும் என்று இருக் கிறோம் என்பார்கள். அவருக்கு ஏகப்பட்ட வேலைகள் இருக்கும். ஆனாலும் அதனிடையிலும் அவருடைய ஊருக்குப் போவார். பஸ்ஸில்தான் போவார். ரொம்ப நேரம் பேசிக்கொண்டிருப்பார். அடுத்த நாள் காலையில் அந்த நபர் கட்சி அலுவலகத்துக்கு வந்துவிடுவார். அவர் ஒவ்வொரு தடவையும் ஜீவாவிடம் சொல்வதற்காகப் பல விஷயங்களைச் சேர்த்துவைத்துக் கொண்டிருப்பார். கட்சியில் இருக்கும்போது சங்கடங்கள் ஏற்படுமே. எல்லாக் கட்சிகளிலும் அது இருக்கத்தான் செய்யும் என்று நினைக்கிறேன். அதை மூன்று மாதம் கழித்து ஜீவா வரும்போது சொல்ல என்று தன் மனதிற்குள் சேர்த்து வைத்துக் கொண்டிருப்பார். ஜீவாவும் பொறுமையாகக் கேட்டு அதற்கு பதில் சொல்லுவார். இந்த நபர் கட்சி அனுதாபியாக இருந்த காலத்திலிருந்தே எங்களுக்கு அவரைத் தெரியும். ஜீவாவுக்கு ரொம்ப நெருக்கமான நண்பர். ஜீவாவுடன் பழக்கம் ஏற்பட்ட தால் கலை இலக்கியம் பற்றித் தெரிந்துகொள்ள வேண்டும் என்ற ஆர்வமும் அவருக்கு ஏற்பட்டிருந்தது. ஜீவா மூலம் கட்சிக்குள் வந்தவர்களுக்குச் சில தனியான அம்சங்கள் இருக் கும். கலை இலக்கியம் பற்றித் தெரிந்துகொள்ள வேண்டும், இசை பற்றித் தெரிந்துகொள்ள வேண்டும் என்றெல்லாம் அவர்களுக்கு ஆர்வம் இருக்கும். ஆனால் முழுக்க முழுக்க கட்சிப் பணிகள் இருக்கும் என்பதால் அவர்களால் அது முடியாமலும் போகும்.

நான் முற்போக்கு எழுத்தாளர் சங்கத்தில் இருந்தேன். என்னிடம் ஜீவா கேட்டார், 'என்ன செய்துகொண்டிருக்கிறாய்' என்று. சொன்னேன். 'அதையே நீ செய்துகொண்டிரு. அதுவும் பெரிய வேலைதான்' என்றார். அதாவது, 'அவசரப்பட்டு நீ கட்சி உறுப்பினராக ஆக வேண்டாம். உனக்கு அது பிடித்திருக் கிறதில்லையா, நம்பிக்கை இருக்கிறதில்லையா' என்றார். 'ஆமாம் இருக்கிறது' என்றேன். 'அப்படியானால் நீ அதையே செய்து கொண்டிரு' என்றார். 'சின்னச்சின்ன விஷயங்களை உன் மனதில்போட்டுக்கொள்ள வேண்டியதே இல்லை. நீ ஒருநாள் நடந்ததைப் பற்றிச் சொல்கிறாய். என் வாழ்க்கையில் எத்தனை இதுமாதிரி நடந்திருக்கும் என்று யோசித்துப் பார்த்திருக்கிறாயா?

நான் அவற்றையெல்லாம் பொருட்படுத்தவே மாட்டேன். ஜனங்கள் நான் பேசறதைக் கேட்கிறார்கள். நான் பேசுவது அவர்களுக்குப் புரிகிறது என்றொரு எண்ணம் எனக்கு இருக்கிறது. அவர்களுடைய மனோபாவத்தை மாற்றி சமுதாயத்தை மாற்ற வேண்டும். அது புரட்சியின் மூலம் உருவாகப் போகிறதா புரட்சி இல்லாமல் உருவாகப் போகிறதா தெரியவில்லை. எல்லாத் தோழர்களும் சொல்கிறார்கள் புரட்சி மூலம்தான் அது சாத்தியம் என்று. அப்படியானால் புரட்சிக்கு அவர்களைத் தயார்படுத்த வேண்டும். இந்தத் துன்பத்தை இனியும் நாம் அனுபவித்துக்கொண்டே இருக்க முடியாது. எவ்வளவு வருஷங்களாக ஜனங்கள் இந்தத் துன்பங்களை அனுபவித்துவருகிறார்கள்' என்ற விரிந்த பார்வையில்தான் அவர் அந்த விஷயங்களைச் சொல்லி வந்தார்.

முற்போக்கு எழுத்தாளர்களின் கூட்டங்களுக்கு ஜீவாவின் அந்த நண்பரும் வருவார். அரசியல் தளத்தில் செயல்படும் வேறு யாரும் வரமாட்டார்கள். ஜீவாவின் நண்பர் என்பதால் அவர் வருவார். அவருக்கு இலக்கியம் பற்றி அதிகம் தெரியாது என்பது அவர் பேசுவதிலிருந்து வெளிப்படும். பிற அரசியல் தலைவர்களுக்கும் எங்களுக்கும் இருந்ததைவிட எங்களுக்கு அவருடன் நெருக்கமான உறவு இருந்தது. இங்கு ஜீவா வந்தால் கூட்டங்களுக்கு நான் போய்விடுவேன். முன்பே சொன்னேனே அவர் லேசாகப் பார்த்துச் சிரிப்பார். அவரது கண்கள்தான் சிரிக்கும். உதடுகள் சிரிக்காது. கண்களில் ஏக விஷமங்கள் காட்டுவார். இப்போது ஒரு சின்னப் பையன் நன்றாகப் பேசுகிறான் என்று வைத்துக்கொள்ளுவோம். அவன் பேசுவதையே கேட்டுக்கொண்டிருப்பார். மெல்ல என்னைத் திரும்பிப் பார்த்துக் கவனித்தாயா எவ்வளவு அழகாகப் பேசுகிறான் பாரு என்று சொல்வதுபோல் இருக்கும். அவற்றையெல்லாம் வாக்கியமாகச் சொல்வதைவிட ரொம்ப அற்புதமாக முக பாவத்திலேயே காட்டிவிடுவார்.

ரொம்ப உயிர்த் துடிப்புள்ள மனிதர் அவர். வாழ்க்கை இருக்கிறதே அது அவரது மனதில் துடித்துக்கொண்டேயிருக்கும். ரொம்ப நாள் கழிந்த பிறகு என் பார்வையில் மாற்றங்கள் முற்றாக ஏற்பட்டபின் நண்பர்களுக்கு ஒரு கடிதம் எழுதினேன். எனக்கும் கட்சிக்கும் தொடர்பு கிடையாது என்று. அவர்களுக்கும் அது நியாயமாகத்தான் தோன்றியிருக்க வேண்டும். இரண்டு மூன்று வருடங்களாக இதே விஷயத்தை இவனும் புலம்பிக் கொண்டேயிருக்கிறான். நமக்குத் தீர்க்க முடியவில்லை. சிலர் ஆறுதலாகக் கடிதம் எழுதியிருந்தனர். இதுபற்றி நீங்கள் வருத்தப்பட வேண்டாம், இந்த இயக்கத்தில் நம்பிக்கை உடையவராகவும் முற்போக்கு இலக்கியத்தை வளர்க்கக் கூடியவராகவும்

ஜீவா

இருந்தாலே போதுமானது. அதுவே மக்களுக்கு செய்யக்கூடிய சேவைதான் என்று எழுதியிருந்தார்கள். அப்படியாகக் காலம் போய்க்கொண்டிருந்தது. ஜீவா கூட்டங்களுக்கு வருவார் போவார். பல சமயங்களில் என் வீட்டுக்கு வர மாட்டார். எனக்கு ஒரு ஆள் மூலமாகக் கடிதம் கொடுத்தனுப்புவார். அதில் நான் அவரைச் சந்திக்க வேண்டும் என்று எழுதியிருப் பார். அவர் நாகர்கோவிலுக்கு வரும்போதெல்லாம் Travellers Bunglow வில்தான் தங்கியிருப்பார். முன்பு எங்கள் ஊரில் மகாராணிகள், அரச குடும்பத்தைச் சேர்ந்தவர்கள் தங்குவதற் காகக் கட்டப்பட்ட கட்டிடம் அது. கொட்டாரம் என்று சொல்லுவோம். அதுதான் பின்னாளில் டிராவலர்ஸ் பங்களா வாகிவிட்டது. அங்குதான் அவர் தங்குவார். வாடகை ஒரு ரூபாய்.

அதுபோல் குற்றாலத்தில் ஒரு இடத்தில் தங்குவார். அங்கு ஒரு மூன்று மாதம் இரண்டு மாதம் இருப்பார். அவர் போட்ட திட்டப்படி அவருக்கு அங்கு தொடர்ந்து இருக்க முடியாமலும் போகும். வெளியில் கூட்டத்துக்கு எங்காவது போய்விட்டுத் திரும்பி வருவார். சிலசமயம் திரும்பிவராமலும் இருந்துவிடுவார். ஜீவாவுக்கு குற்றாலத்தில் இருப்பதும் அந்த அருவியில் குளிப்ப தும் ரொம்ப சந்தோஷமான விஷயம். அவருடைய நண்பர் யாரோ ஒருவர் – பல ஊர்களுக்குப் போனவர், உலகத்தில் இருக்கும் எல்லா அருவிகளையும் பார்த்தவர் – குற்றால அருவி போல் உலகத்தில் எந்த அருவியுமே கிடையாது என்று சொல்லி யிருந்தார். அதை என்னிடம் ஜீவா பல தடவை சொல்லியிருக் கிறார். குற்றாலத்தில் வைத்து அவரை நான் பார்த்தபோதெல் லாம் அது பற்றிச் சொல்லியிருக்கிறார். நயாக்ரா பிரம்மாண்ட மான அருவிதான். ஆனால் தலையை உள்ளே கொடுக்க முடியாதே. வெட்டிக்கொண்டு போய்விடுமே. குற்றால அருவிக் குக் கீழே ஜீவா இலைமுன் சாப்பிட உட்கார்ந்திருப்பவர் போல் அல்லவா உட்கார்ந்துகொண்டிருப்பார். அவருடைய உடம்பு குளிர, மண்டை குளிர ஒரு மணி நேரமாவது ஆகும். ராத்திரியும் போய்க் குளிப்பார். நன்றாகப் பசிக்கும். குற்றாலத்தில் சந்திக்கும்போது தனியான உற்சாகத்தோடு இருப்பார்.

அவர் நாகர்கோவிலில் இருந்தபோது ஒரு தடவை சொன் னார், 'நான் டிராவலர்ஸ் பங்களாவில் தங்கியிருக்கிறேன். காலையில் என்னை வந்து பாரு' என்று.

'எத்தனை மணிக்கு வர?' என்றேன்.

'ஒரு நாலரை மணிக்கு வா' என்றார்.

'காலைலயா சாயந்திரமா' என்றேன்.

'சாயந்திரம் என்னைப் பார்க்க முடியுமா? காலையில்தான்' என்றார்.

'நாலரை மணிக்கா?' என்றேன்.

'சரி. அப்ப ஐந்தரை மணிக்கு வா. நீதான் காலையில் சீக்கிரமே எழுந்துவிடுவாயே' என்றார். அது கிண்டல்தான். என் அப்பாவே அவரிடம் சொல்லியிருக்கிறார் நான் எட்டு மணிக்கு மேல்தான் எழுந்திரிப்பேன் என்று.

நான் சொன்னேன், 'எனக்கு உங்களை வந்து பார்க்க வேண்டும் என்று ஆசை நிறையவே இருக்கிறது. ஆனால் அதற்காக ராந்தலைத் தூக்கிக்கொண்டெல்லாம் வர முடியாது. நான் பாட்டுக்கு கையை வீசிக்கொண்டு வர வேண்டும் என்றுதான் ஆசைப்படுகிறேன்' என்றேன்.

'சரி. ராந்தல் எல்லாம் கொளுத்த வேண்டாம். ஆறு மணிக்கு வா' என்றார்.

காலையில் சீக்கிரம் போய் அவரைப் பார்த்தேன். அதிலிருந்து அதுவே வழக்கமாகிவிட்டது. அவர் எப்போது நாகர்கோவிலுக்கு வந்தாலும் அந்த டிராவலர்ஸ் பங்களாவில்தான் நானும் அவரைச் சந்திப்பேன். ஒரு மணி நேரம்தான் சகஜமாகப் பேச முடியும். அதற்கு அப்புறம் சூழலே மாறிவிடும். அங்கு தொலைபேசியெல்லாம் கிடையாது. எல்லாரும் நேரில் வந்து விடுவார்கள் பார்க்க. அதனால்தான் என்னை அதிகாலையில் வரச் சொன்னார். அவர் ராத்திரி ஒரு மணிக்குப் படுத்துக் கொண்டாலும் காலையில் ஐந்தரைக்கெல்லாம் எழுந்துவிடுவார். எழுந்து முதலில் உடற்பயிற்சி செய்வார். அவரது உடம்பைப் பார்த்தாலே தெரியும். வஸ்தாத்தின் உடம்பைப் போல இருக்கும். கிட்டத்தட்ட பத்து தடவை அங்கு அவரைச் சந்தித்திருப்பேன். அப்போது நான் கட்சியின் அனுதாபி என்ற கௌரவத்தை இழந்துவிட்டிருந்தேன். அதைத் தொடர்ந்து கட்சி நபர்கள் அனைவரது தொடர்பையும் முற்றாக இழந்துவிட்டிருந்தேன். விதிவிலக்காக ஒருசில நண்பர்களுடன் மட்டுமே உறவு இருந்தது.

எம்.எம். அலி, என்னுடன் வருத்தப்படவில்லை. ஆனால் பார்க்கும் சந்தர்ப்பம் குறைந்துவிட்டது. மைக்கேல் ராஜுவின் உறவு அப்படியே தொடர்ந்தது. ஆனால் அவருக்கு வீட்டில் பல பிரச்சினைகள் இருந்ததால் அவர் ஊரைவிட்டே போய்விட் டிருந்தார். என்றாலும் அவருடனான உறவு இன்று வரையும் தொடர்ந்துவருகிறது. எனக்கு மிகுந்த மகிழ்ச்சியையும் மன நிறைவையும் தரும் விஷயம் இது. பாலமோகன் தம்பி மேல் படிப்புக்காக பனாரஸ் போய்விட்டான். இன்னொரு நண்பர் இருந்தார் பத்மனாபன் என்று. அவர் டில்லிக்குப் போய்விட்டார்.

இப்படி பல நண்பர்கள் வெவ்வேறு இடங்களுக்குப் போய்விட்டனர். இங்கிருந்த நண்பர்கள் யாருமே என்னுடன் உறவு வைத்துக் கொள்ளவில்லை. சொன்னால் உங்களுக்கு வேடிக்கையாக இருக்கும். ரோட்டில் எதிரில் பார்த்தால் சிரிக்கக்கூட மாட்டார்கள். திடீரென்று ஒரு நாள் காலையில் எழுந்து பார்க்கும்போது என் நண்பர்கள் அனைவரையும் நான் இழந்துவிட்டிருந்தேன். திருநெல்வேலியில், நாகர்கோவிலில் எனக்குக் கட்சி சார்ந்து பல நண்பர்கள் இருந்தார்கள். தெரிந்தவர்களாகப் பலர் இருந்தார்கள். திருச்சி, மதுரை போன்ற இடங்களில் தோழர்கள் அல்லாத நண்பர்கள் அதிகம் அப்போது உருவாகியிருக்கவில்லை. நீங்கள் கம்யூனிஸ்ட் என்று பெயர் எடுத்துவிட்டால் வேறு நபர்கள் உங்களுடன் வந்து பழகவும் மாட்டார்கள். உங்களுடன் பழகினால் அவர்களுக்குக் கெட்ட பெயர் ஏற்படும் என்று பயப்படுவார்கள். இத்தனைக்கும் நான் எந்தப் புரட்சியும் செய்யவில்லை. ஒரு ஊர்வலத்தில்கூட கலந்து கொண்டிருந்ததில்லை. நான் முதன்முதலாகக் கம்யூனிஸ்ட் பார்ட்டி அலுவலகத்துக்குப் போய்வந்த மறுநாள் என் வீட்டிற்கு சி. ஐ. டி. போலீஸ் வந்துவிட்டார். எதற்காக கம்யூனிஸ்ட் கட்சிக்குப் போனாய் என்று விசாரித்தார்கள். என் அப்பாவுக்கு என்மீது தாங்க முடியாத கோபம் வந்தது. வீட்டுக்கு சி. ஐ. டி. வருவது என்பதை அவரால் தாங்கவே முடியவில்லை. நீங்கள் எதுவுமே செய்திருக்க வேண்டியதில்லை. உதாரணமாக ஒரு தோழர் உங்களுடைய நண்பராக இருக்கிறார் என்று வைத்துக்கொள்வோமே. அவருக்கு ஒரு கல்யாண பத்திரிகை தருவதற்காக நீங்கள் கட்சி அலுவலகத்துக்குப் போயிருப்பீர்கள். வெறுமனே பத்திரிகையைக் கொடுத்துவிட்டு நீங்கள் வந்திருக்கலாம். ஆனால் உங்கள் வீட்டுக்கு அடுத்த நாளே சி. ஐ. டி. போலீஸ் வந்துவிடுவார்.

அது சர்தார் வல்லபாய் படேல் உள்துறை அமைச்சராக இருந்த காலம். கம்யூனிஸ்ட்களை ஒழித்துக் கட்டினால்தான் இந்தியா முன்னேறும் என்று அவர் தீர்மானம் செய்துவிட்டிருந்தார். நேருவின் பார்வைமேல் அவருக்குக் கடுமையான விமர்சனம் இருந்தது. அதனால் நேருவின் கொள்கைக்கு எதிராக செயல்படுவதில் ரொம்ப உற்சாகம் இருந்தது. அவருக்கு இயற்கையாகவே கம்யூனிசத் தத்துவத்தின் மீது நம்பிக்கை இல்லாமல் இருந்திருக்கலாம். அவர் கம்யூனிஸ்ட்களைத் துரோகிகள் என்றுதான் கருதினார். அவர்களை ஒழித்துக் கட்டினால்தான் இந்தியா முன்னேறும் என்று ஆத்மார்த்தமாக நம்பினார். அந்த ஒழித்துக்கட்டும் பணியை மிகத் தீவிரமாகச் செய்தார். அப்படி முக்கியத்துவம் அவர் தந்திருக்கவில்லை என்றால் இப்படி ஒரு பெரிய கண்காணிப்புப் பணியை முடுக்கிவிட்டிருக்க முடியுமா? பொது நூலகத்திலிருந்து கார்க்கி, மார்க்ஸ் புத்தகங்களை அகற்றச் சொல்லிவிட்டார். நான் அது பற்றி

ஒரு பத்திரிகையில் எழுதியிருந்தேன். குயிலன் என்றொரு கவிஞர் இருந்தார். இன்றைய தலைமுறைக்கு அவரைப் பற்றித் தெரியாது என்றே நினைக்கிறேன். அவரது பத்திரிகையில் ஒரு கட்டுரை எழுதியிருந்தேன். பட்டேலின் செயல்பாடுகளை எனக்குத் தெரிந்த அளவில் விமர்சித்து எழுதியிருந்தேன்.

முதன் முதலாக என்னை expose பண்ணினது நா. வானமாமலை தான். நான் கட்சியிலிருந்து வெளியே வந்த பிறகு கட்சிக்கு எதிராக எந்தக் காரியமும் செய்திருக்கவே இல்லை. ஸ்தம்பித்துப் போய் உட்கார்ந்துகொண்டிருந்தேன். அப்போது நாகர்கோவிலில் நடந்த எழுத்தாளர் மாநாட்டில் என் இலக்கியக் கருத்துகளைப் பற்றிப் பேசினேன். க. நா. சு., கு. அழகிரிசாமி, செல்லப்பா, தொ. மு. சி., வெ. சாமிநாத சர்மா, ம. பொ. சி., ந. சஞ்சீவி எல்லாரும் வந்திருந்தார்கள். நான் பேசின விஷயம் மார்க்சியப் பார்வைக்கு முற்றிலும் முரணானது என்பது எனக்குத் தெரியாது. அப்போது என் மனதில் என்ன புது எண்ணங்கள் ஏற்பட்டிருந்ததோ அதைப் பகிர்ந்து கொள்ளும் விதத்திலேயே அவற்றை வெளிப்படுத்தியிருந்தேன்.

வானமாமலை அந்தக் கூட்டத்தைப் பற்றி 'ஜனசக்தி'க்கு ஒரு 'ரிப்போர்ட்' எழுதி அனுப்பினார். என்னைத் தனியாகக் குறிப்பிட்டு, அவர் நம்பிக்கைகளை இழந்துவிட்டார், பிற்போக்கு வாதியாக ஆகிவிட்டார் – இந்த வார்த்தைகளை அவர் வெளிப்படையாக உபயோகித்திருக்கவில்லை – ஆனால் இந்தப் பொருள் வரும்படியாக எழுதியிருந்தார். க. நா. சுவின் சிஷ்யர் என்றொரு அடையாளத்தை எனக்குத் தந்தார். என்னைத் தெரிந்தவர்கள் அப்படி ஒன்றும் அதிகமாக இல்லை. ஆனால் சென்னை வரையிலும் இருந்த முற்போக்கு எழுத்தாளர் சங்கத்தில் இருந்தவர்களுக்கு என்னைத் தெரிந்திருந்தது. அவர்கள் சுதாரித்துக் கொண்டுவிட்டார்கள். வானமாமலைதான் அந்தக் காரியத்தை முதன்முதலாகச் செய்தது. எனக்குச் சில கண்டனக் கடிதங்கள் வந்தன. வசையின் விளிம்புகளைத் தொட்டுக்கொண்டு போன கடிதங்கள் அவை. என்னிடம் அதுபற்றிப் பேசாமல், என்னிடம் தெரிவிக்கக்கூடச் செய்யாமல் இந்தக் காரியத்தைப் பேராசிரியர் வானமாமலை செய்தார்.

ஜீவாவாக இருந்தால் என்னை வந்து பார் என்று சொல்லி யிருப்பார் என்று நினைத்தேன். இப்படி எல்லாம் செய்யாதீர்கள், சற்றுப் பொறுத்திருங்கள் என்று என்னைத் தடுத்திருப்பார் என்று நான் உறுதியாக நம்புகிறேன். ஆனால், ஒருவரை எப்போது வெளியே தள்ளுவோம் என்று காத்திருந்து ஒரு சந்தர்ப்பம் கிடைத்ததும் அதைச் செய்வார்களே, அது மாதிரி தான் வானமாமலை செய்தார் என்று என் மனதிற்குப் பட்டது. அவர்மீது எனக்கு ரொம்ப பாராட்டு உணர்ச்சி உண்டு. தமிழ்

இலக்கிய வளர்ச்சியில் அவரது பங்களிப்பு மிக முக்கியமானது. மிகச் சிறந்த மனிதாபிமானி அவர் என்றுதான் இன்று வரையிலும் என் மனதில் எண்ணம். அவரது மனைவியும் அப்படித் தான். எப்படித் தெரியும் என்றால் ஜி. நாகராஜனை அவர்கள் சகித்துக்கொண்ட மாதிரி என்னால் கூட சகித்துக்கொள்ள முடிந்திருக்கவில்லை. அவரது மனைவியும் அவரும் ஜி. நாகராஜனிடம் மிகுந்த அன்பு பாராட்டி அவரது கடைசிக் காலத்தில் அவர்களால் முடிந்ததையெல்லாம் செய்திருந்தார்கள். நாகராஜனுக்கு ரொம்ப நெருக்கமான நண்பர்கள் பத்து பதினைந்து பேர் திருநெல்வேலியில் இருந்தனர். அவர்களெல்லாம் அவரை வெவ்வேறு விஷயங்களுக்கு – வெளியில் சொல்லிக் கொள்ள முடியாத விஷயங்கள் வரைக்கும் – பயன்படுத்திக் கொண்டவர்கள்தான். ஆனால் வானமாமலை அவரை எந்த விதத்திலும் பயன்படுத்திக்கொண்டதில்லை. அதுபோன்ற சுபாவம் அவருக்குக் கிடையாது. நாகராஜனுக்குத் தன் டுடோரியலில் பணி தந்து சம்பளமும் கொடுத்துக்கொண்டிருந்தார் என்று ஞாபகம். மீதி நண்பர்களையெல்லாம் கடைசிக் காலத்தில் நாகராஜனுக்கு முக தரிசனம்கூடப் பண்ண முடியாமல் போய் விட்டிருந்தது. ஒரு ரூபாய் கேட்டு வாங்க முடியாது. காலையில் ஒரு நண்பரது வீட்டுக்குப் போனோம் இரண்டு இட்லி சாப்பிட்டோம் என்பதுகூட முடியாமல் ஆகியிருந்தது. அந்த அளவுக்கு பந்தத்தை அவர்கள் அறுத்துக்கொண்டுவிட்டிருந்தார்கள்.

என் வீட்டிற்கு வரும்போது – திருநெல்வேலிக்கு வந்துதானே நாகர்கோவிலுக்கு வர முடியும் – எங்கிருந்து வருகிறீர்கள் என்று கேட்டால் வானமாமலை வீட்டிலிருந்துதான் வருகிறேன் என்பார். ரஷ்யாவுக்கு அல்லவா போயிருக்கார் அவர் என்று கேட்டால், ‘அண்ணி இருக்காங்கல்ல, அவர் போனாப் போயிட்டுப் போறார். அண்ணியே போருமில்ல. ஒரு வித்தியாசமும் கிடையாது’ என்பார். வானமாமலையின் மனைவி மாதிரியான ஒரு மரபு ரீதியா வந்த பெண்மணிக்கு நாகராஜனை வீட்டுக்குள் அனுமதிக்கவே மனசிருக்காது. அவர் அப்படி அருவருப்பாக இருந்தார். ஆனால் அவர்கள் இருவரும் அவர் மீது அவ்வளவு அன்புடன் இருந்தார்கள். அப்புறம் வானமாமலை தன்னுடைய குழந்தைகளுக்கு ரொம்ப சுதந்திரம் தந்திருந்தார். பெண்களுக்கு சுதந்திரம் தர வேண்டும் என்று பேசுவார்களே, அப்படிப் பேசுபவர்கள் பலரைப் பார்த்திருக்கிறேன். ஆனால் உண்மையிலேயே சுதந்திரம் தந்தவர்களை நான் பார்த்ததில்லை. தன் மகளின் படிப்பு விஷயத்தில், கல்யாணத்தில் எதிலுமே அவர் குறுக்கிடவே இல்லை. அவரது மகள் ஒருநாள், ‘நான் காதல் திருமணம் செய்துகொள்ளப்போகிறேன்’ என்றாள். உடனே வானமாமலை, ‘எனக்கு அவனைப் பார்க்க வேண்டும். அழைத்துக் கொண்டு வா’ என்றார். அவ்வளவுதான் அது

சம்பந்தமாக அவர்களிடையே நடந்த உரையாடல். இது அவரே என்னிடம் சொன்னது.

அவர்தான் எனக்குத் தேவி பிரசாத் சட்டோபாத்தியாவின் 'லோகாயதா' என்ற புத்தகத்தைப் படிக்கத் தந்தார். அந்த விலையுயர்ந்த புத்தகத்தை அவர் திரும்பப் பெற்றுக்கொள்வதில் சிரத்தை காட்டவில்லை. பல வருடங்கள் அந்தப் புத்தகம் என்னிடமே இருந்தது. அவர் மறைவுக்குச் சில வருடங்களுக்கு முன்தான் நான் அதை ஒரு நண்பரிடம் கொடுத்தனுப்பினேன். 'தொலைந்துவிட்டது என்று இருந்தேன். அவரிடமா இருந்தது?' என்றிருக்கிறார் வானமாமலை. இவையெல்லாம் எனக்கு அவர் மேல் பாராட்டுணர்ச்சியை ஏற்படுத்தியவை. ஆனால் என்னைப் பற்றி இந்த மாதிரி ஒரு காரியம் செய்தார்.

ஜீவா சொன்னார், 'ரொம்பத் தப்புப் பண்ணிட்டானே. என்ன செய்ய முடியும் ராமசாமி... படிப்பாளிகளெல்லாம் இப்படி அல்லவா இருக்கிறார்கள்.' அதுதானே அவரோட பாணி. நம்ம சைடிலிருந்துதானே முதலில் ஆரம்பிப்பார். 'ஒண்ணுந்தெரியாதவனுக்கு சொல்லித் தரலாம். படிப்பாளிக்குச் சொல்லித்தர முடியுமா' என்று ஆரம்பித்தார். இரண்டு மூன்று தடவை சந்தித்தோம். கட்சியில் நான் இல்லை என்பது எல்லாருக்கும் தெரிந்த பிறகு, எல்லாரும் என்னைக் கைவிட்ட பிறகு அவரிடமிருந்து எனக்கு ஒரு கடிதம் வந்தது. வழக்கமாகக் கட்சி ஆள் ஒருத்தர்தான் கொண்டுவருவார். அந்த முறை வேறு ஒருவர் கொண்டுவந்திருந்தார். நாளைக்கு காலையில் டிராவலர்ஸ் பங்களாவுக்கு வந்து பாரு என்று எழுதியிருந்தார். மனசுக்கு அப்போது வருத்தமும் சந்தோஷமும் தாங்க முடியாத அளவுக்கு ஏற்பட்டது. அவரைவிட நெருக்கமாகப் பழகின ஆட்களையெல்லாம் கூட அப்போது என்னால் பார்க்க முடியாமலிருந்தது. நான் போய்ப் பார்த்தாலும் அவர்கள் பார்க்க விருப்பமில்லாமல் இருந்தார்கள். கட்சியிலிருந்து வெளியேறிய பிறகு எனக்கு எதிராகப் பல விஷயங்கள் சொல்ல ஆரம்பித்திருந் தார்கள். நான் கட்சியில் சேர்ந்த காலத்திலிருந்தே சந்தேகத்தைக் கிளப்பிக்கொண்டிருந்தேன். அது உண்மைதான். ஆனால் அவர் களுக்குப் பிடிக்காத காரியமாக நான் செய்தது அது ஒன்றுதான். ஆனால் அவர்கள் என்னைப் பற்றி பல விஷயங்கள் எதிராகச் சொன்னார்கள்.

நான் ஜீவாவைப் பார்க்கப் போனேன். அவர் மாடியில் இருந்தார். முன்பே சொல்லியிருந்தேனே அது கொட்டாரமாக இருந்தது என்று. அடுத்து ராணியாகவோ ராஜாவாகவோ வரக்கூடியவர்களோ அல்லது ராஜ குடும்பத்தைச் சேர்ந்தவர் களோ இருப்பதற்கான இடம் அது. ரொம்ப உயரமான தேக்கு மரத்திலான சீலிங் இருக்கும். மர வேலைப்பாடுகள் நிறைய

இருக்கும். ஏணிப் படிகள் ரொம்ப அகலமாக இருக்கும். ஒரு படிக்கும் இன்னொரு படிக்கும் இடைவெளி நாலு இஞ்ச்தான் இருக்கும். ரொம்ப அழகாக வளைந்து மேலே போகும் ஏணிப்படி. அவையெல்லாம் என் மனதை எப்போதும் கவர்ந்திருந்தன. அந்த இடத்தை அதன் பிறகு நான் போய்ப் பார்க்கவேயில்லை. அந்த இடமே நான் பார்க்கக்கூடாத இடமாக ஆகிவிட்டிருந்தது. நான் மேலே ஏறிப் போனேன். முற்போக்கு எழுத்தாளர் சங்கத்துக்கு வரக்கூடியவர், ஜீவாவால் வாழ்க்கையே மாறியது என்று சொன்னேனே அந்தத் தோழர் மேலேயிருந்து இறங்கிவந்தார். ஜீவா எப்போது இங்கு வந்தாலும் அவர்தான் அவருடைய வலதுகையாக இருப்பார். எல்லாரும் ஜீவாவைப் பார்க்கணும் என்றால் அவரைத்தான் பாக்கணும் என்பார்கள். அவரிடம் ஜீவாவின் வசதியைத் தெரிந்து கொண்டால்தான் ஜீவாவைப் பார்க்க முடியும். ஜீவாவும் அவர் சொல்வதைக் கேட்காததுபோல் பாவித்துவிட்டு அதன்பின் கேட்பார். அப்படியான ஒரு உரிமையை நிலைநாட்டிக்கொண்டு விட்டிருந்தார் அவர். மற்றவர்களும் அதை ஒப்புக்கொண்டிருந்தார்கள்.

நான் அவரைப் பார்த்தபடியே சிரித்துக்கொண்டே மேலேறினேன். நான் இரண்டு படி மேலே ஏறியதும் அவர், 'தோழர், உங்களிடம் ஒரு விஷயம் சொல்ல வேண்டும்' என்ற படியே என்னை அழைத்துக்கொண்டு கீழே இறங்கினார். அவர் கூப்பிட்ட தொனி எனக்கு வித்தியாசமாகப் பட்டது. 'சரியில்லையே' என்று நினைத்துக்கொண்டே போனேன். கீழே முக்காலிகள் இருந்தன. அதில் அமர்ந்துகொண்டார். என்னைப் பார்த்து, 'எங்க வந்தீங்க?' என்றார். எனக்குத் தாங்க முடியாத கோபம் வந்தது. 'அதை உங்களிடம் சொல்ல வேண்டிய அவசியம் இல்லை' என்றேன். 'என்னிடம் சொல்லாமல் மேலே போக முடியும்னு நீங்க நினைக்கிறீங்களா?' என்றார். 'அப்படிப் போக முடியாவிட்டால் ஒன்றுமே இல்லை. நீங்கள்தான் அவரது பாதுகாப்பாளர் என்றால், என்னை மேலே போகவிடவில்லை என்றால் ஒன்றுமில்லை. நான் பலாத்காரம் எல்லாம் செய்ய மாட்டேன். ஆனால் எனக்கு அவரை எங்கள் வீட்டுக்கு வரவழைக்க முடியும். இங்கிருந்து அவர் போவதற்கு முன் அவரைப் பார்க்க வேண்டும் என்று நான் நினைத்தால் அது என்னால் முடியும். உங்களால் மட்டுமல்ல, உங்களை விடப் பெரிய தலைவர் யார் நினைத்தாலும் அதைத் தடுக்க முடியாது' என்றேன்.

அப்படி ஒரு சண்டை ஆரம்பமானது ஜீவாவுக்குத் தெரிந்தது. 'யார் வந்திருக்காங்க?' என்றார் மேலிருந்தபடியே. உடனே இவர், 'நீங்கள் மேலே போங்கள்' என்றார். மேலே போனேன். என் முகம் ரொம்ப மோசமாக இருந்தது. ஜீவா பார்த்ததும்

'என்னப்பா?' என்றார். நான் இவரைப் பற்றி புகார் சொல்ல விரும்பியிருக்கவில்லை. ஆனால், நிச்சயமாக அவரால்தான் ஏதோ நடந்திருக்கிறது என்று புரிந்துகொண்டு வெளியே வந்து அவரைக் கூப்பிட்டுக் கண்டபடித் திட்டினார். அவர் அப்படிப் பேசி நான் பார்த்ததே கிடையாது. இப்படி ஒரு சந்தர்ப்பம் உருவாகிவிட்டதே என்று நினைத்தேன். சிறிது நேரம் கழித்து வந்து, 'சரி நீ சொல்லு' என்று பேச ஆரம்பித்தார். 'எனக்கு இப்போது எதுவுமே சொல்வதற்கில்லை. இன்னொரு தடவை வருகிறேன்' என்று சொன்னேன். அவரும், 'சரி, நீ சொல்வதில் ஒரு நியாயம் இருக்கிறது. போய்விட்டு அப்புறம் வா' என்றார். நானும் வந்துவிட்டேன்.

இரண்டு நாள் கழித்து இரவு ஒரு பத்து மணி இருக்கும். எங்கள் வீட்டு வாசல் கதவைச் சாத்தும் நேரம் ஆகியிருந்தது. ஜீவா மெல்ல வந்தார். அவருடன் யாரும் இல்லை. உள்ளே வந்தார். என்ன தகராறு நடந்தது என்று என்னிடம் கேட்டார். நான் சொன்னதும், 'இதையெல்லாம் பார்த்து நீ கொஞ்சம்கூட வருத்தப்பட வேண்டாம். இதுமாதிரி பலபேருக்கு நடந்திருக் கிறது. நீ பிரதானமாக ஒரு எழுத்தாளர். உனக்கு எழுத்தின் மூலம் சமுதாயத்தை மாற்ற வேண்டும் என்ற எண்ணம் இருக் கிறது. அதைத் தொடர்ந்து செய்து வா. நீ கம்யூனிஸ்ட் கட்சியில் இருப்பதாகத்தான் நான் நினைத்துக்கொள்வேன். வேறு ஆட்கள் எப்படி நினைத்தாலும் சரி. உனக்கு சமாதானக் குழுவில் இருந்து செயல்பட வேண்டும் என்று தோன்றினால் அதைச் செய். அங்கும் அரசியல் கலந்திருக்கிறது என்று தோன்றினால் முற்போக்கு எழுத்தாளர் சங்கத்தில் இருந்து எழுதி வா. அதுவும் முடியவில்லை என்றால் முற்போக்கு இலக்கியங்களைத் தொடர்ந்து படித்து வா. அது சம்பந்தமான விமர்சனங்களை வளர்த்துக் கொண்டு வா. ஏற்கெனவே இருக்கும் முற்போக்கு எழுத்தாளர்களுடன் பேசி, அவர்களுக்குப் புதிய விஷயங்களை அறிமுகப்படுத்துவது, விவாதிப்பது போன்றவற்றைத் தொடர்ந்து செய்து வா. இந்த ஒரு காரியத்தை உன் வாழ்நாளில் செய்தாலே போதும். சிறு வயதிலிருந்து உன் வாழ்நாள் முழுவதும் நீ கம்யூனிஸ்ட் ஆகத்தான் இருந்தாய் என்று நான் நினைத்துக் கொள்வது மட்டுமல்ல, வாய்விட்டும் சொல்லுவேன். நீ சிறந்த கம்யூனிஸ்ட் என்று சொல்வதில் எந்த பயமும் எனக்குக் கிடையாது. என் அகராதியில் கம்யூனிஸ்ட் என்றால் இது போன்ற காரியங்கள் செய்பவனும்தான்' என்றார்.

முற்போக்கு இலக்கியம் வறண்டு இருப்பதற்குக் கட்சியின் பார்வைதான் காரணம். சூத்திரங்கள் சார்ந்து எழுதுவது, வாசகர் எதிர்பார்ப்புகளை அப்படியே பூர்த்தி செய்வது, ஒரு கருவை வைத்துக்கொண்டு அதன் மேல் நூலைச் சுற்றுவதுபோல்

கருத்துக்களைச் சுற்றுவது, குறிப்பிட்ட முடிவை நோக்கி அம்பு போல் போவது இவற்றைத்தான் முற்போக்கு இலக்கியத்தின் பிரபலமான எழுத்தாளர்களிலிருந்து சாதாரண ஆட்கள்வரை செய்து கொண்டுவருகிறார்கள். பிரபலமான முற்போக்கு எழுத் தாளர்களுக்குக் கதையின் ஆரம்பம் தெரிகிறது, முடிவு தெரிகிறது. மொழியின் அழகு இருக்கிறது. ஆனால் அவர்கள் எழுதும் அந்த சூத்திரம் வாசிப்பவர்களை அலுப்படையச் செய்கின்றன. அதில் வாழ்க்கை சார்ந்த நியதிகளின் புரிந்துகொள்ள முடியாத ஆட்சியில்லை. எல்லாவற்றையும் தெளிவாக அறிந்துகொண்டு விட்ட பாவனையின் அசட்டுத்தனம் தான் இருக்கிறது. ஆனால் அது படைப்பே அல்ல. படைப்பு என்பது இதுவரை நமக்குத் தெரியாத இடங்களைத் தேடிப் போவது. தேடிப் போகும் முயற்சியில் பல புதிய விஷயங்களைக் கண்டடைவது. அதைப் பதிவு செய்வது. அப்படி அனுபவத்தை விரித்துக்கொண்டே போவதுதான் படைப்பு என்ற முடிவுக்கு நான் வந்ததும் முற்போக்கு எழுத்தாளர் சங்கம் முக்கியமான ஒன்று அல்ல என்று எனக்குத் தோன்றிவிட்டது. அது அவருக்கும் தெரிந்தது. நானும் அவரும் சந்திக்கும் சந்தர்ப்பங்கள் குறைந்து விட்டன.

அதன் பிறகு சென்னையில் பாண்டி பஜாரில் ஒரு பிரபல மான ஹோட்டல் உண்டே, கீதா கபே – அதற்குப் பக்கத்தில் ஒரு டுட்டோரியல்கூட இருந்தது – அங்கு காப்பி சாப்பிட்டுக் கொண்டிருந்தேன். ஜீவா யாருடனோ வந்தார். நான் ஓடிப்போய் சௌக்கியமாக இருக்கிறீர்களா என்று கேட்டேன். நீ இங்குதான் இருக்கிறாயா என்றார். நாங்கள் சேர்ந்து சாப்பிட்டோம். நான் அவரைக் கொஞ்சம் உற்சாகப்படுத்தினேன். எனக்குத் தெரியும் அவருக்கு வாங்கித் தரும் பலகாரங்கள் எல்லாம் அவரது உடம்புக்குக் கெடுதல் என்று. இருந்தாலும் அவர் விரும்பிச் சாப்பிட்டார். 'நாம் அடிக்கடிச் சந்திக்க வேண்டும். உனக்குச் சில விஷயங்களெல்லாம் தெரியாது. உன்னோட தாத்தா இருந்தாரே தடிமார் கோவிலில். அங்கிருந்த கோவில்கூட அவர் கட்டினதுதானே. கவிமணியின் நண்பர் அவர். அவரது காலத்திலிருந்தே எனக்கு உங்களைத் தெரியும்' என்றார். அந்த விஷயத்தை அதுவரை அவர் ஏனோ என்னிடம் சொல்லியிருக்க வில்லை. 'ஏற்கெனவே உனக்கும் எனக்கும் ஒரு மானசீக உறவு இருந்திருக்கிறது. அப்புறம் நாம் நேரில் சந்தித்துக்கொண்டோம். அப்புறம் சில காரியங்கள் நடந்தது. நீ வெளியே போய்விட்டாய். அதற்கும் நானும் நீயும் சந்திக்காமல் இருப்பதுக்கும் என்ன சம்பந்தம் இருக்கிறது? இப்போதும் நீ எழுதுவதைப் படித்துக் கொண்டுதான் இருக்கிறேன். தோழர்கள் எல்லாரும் சொல்கிறார் கள் கம்யூனிசத்தைத் தீர்த்துக்கட்டுவதுதான் உன்னோட வேலை யாக இருக்கிறது என்று. இருக்கட்டுமே. எத்தனையோ பேர் அந்தக் காரியங்களுக்கு முயற்சி செய்திருக்கிறார்கள். இவரும்

முயற்சி செய்கிறார் என்றால் செய்யட்டுமே. நீங்கள் என்ன செய்கிறீர்கள்? உங்களுக்கு உங்கள் மேல் நம்பிக்கை இல்லையா? அவரைப் பார்த்து நீங்கள் பயப்படத் தேவையில்லையே. நீங்கள் உங்கள் பணியைச் செய்து வர வேண்டியதுதானே என்று சொல்லுவேன்' என்றார்.

'சென்னைக்கு வந்தால் என்னைப் பார்க்காமல் போகவேண் டாம். முன்பு போல் எனக்கு இருக்க முடியவில்லை. நாகர் கோவிலுக்கு வந்தால்கூட யாரையும் அதிகமாகப் பார்க்க முடிவதில்லை. பல பொறுப்புகள் எனக்குத் தரப்பட்டிருக்கிறது. அசெம்பிளிக்குப் போக வேண்டியிருக்கிறது. எனது அரசியல் செயல்பாடுகள் இப்போது சென்னையைச் சுற்றி அமைந்திருக் கிறது' என்றார். அப்போது அவர் எம். எல். ஏவாக இருந்தார் என்று ஞாபகம். அதன் பிறகு ஒருதடவை அவரை நான் பார்க்க அவரது வீட்டுக்குப் போயிருந்தேன். வீடு என்றால் குடிசைதானே. அவருடைய மனைவி பத்மாவதியும் அங்கு இருந்தார். அவர்களுக்குக் குழந்தைகளும் இருந்தன. அவர் களுடன் ஒரு நாள் இருந்தேன். ஆனால் பெரும்பாலான நேரம் அவருக்கு என்னோடு இருக்க முடியவில்லை.

ஜீவாவைக் கடைசியாக எந்த வருஷம் பார்த்தேன் என்று சொல்ல முடியவில்லை. ஆனால் அநேகமாக அவரது மறைவுக்கு சற்று முன்பாகத்தான் பார்த்திருந்தேன். ஏனெனில் நான் பார்த்த போது அவரது உடல்நிலை மோசமாக இருந்தது. உடல்நிலை பலவீனமான பிறகு அவர் ரஷ்யாவுக்குப் போய் வந்திருந்தார் சிகிச்சைக்காக. அங்கு போய் வந்த பிறகு அவரது உடல்நிலை சற்று தேறியிருந்ததாகத் தோழர்கள் சொன்னார்கள். இவை யெல்லாம் மங்கலாகத்தான் நினைவிருக்கின்றன. அந்தச் சமயத் தில் நான் அவரை எழும்பூர் ரயில் நிலையத்தில் வைத்துப் பார்த்தேன். அப்போது அவருக்குக் காது ரொம்ப மந்தமாகி யிருந்தது. ஹியரிங் எய்ட் வைத்துக்கொண்டிருந்தார். அப்படியும் நாம் பேசுவது சரியாகக் கேட்காது. பேசுவதைக் கேட்க நெருங்கி வந்து நம் மீது சாய்ந்துகொண்டுவிடுவார். 'உடம்பு ரொம்ப பலகீனமாயிருக்கே' என்றேன். முந்தைய உடல் கட்டு தொய்ந்து போயிருந்ததைப் பார்க்க வருத்தமாக இருந்தது. வஜ்ரம் போலிருந்த உடல். 'பல வேலைகள் வந்துவிடுகின்றன. இனிமேல் கவனமாக இருந்து improve பண்ண வேண்டும்' என்றார். நிறைய சைகைகளால் பேசினார். வாக்கியங்களை முழுமைப்படுத்தாமல் பாவங்களிலும் சைகைகளினாலும் பேசினார். 'என்னுடன் வாயேன்' என்றார்.

ஆட்டோவில் போனோம். கூட ஒருவரும் இருந்தார். எங்கே போகிறோம் என்பது எனக்குத் தெரியாது. கடற்கரை சாலை இருக்கிறதே அது வழியாகப் போனோம். குயீன் மேரிஸ்

காலேஜ், ஆல் இந்தியா ரேடியோ வழியாகப் போனது ஆட்டோ. இரண்டு பக்கமும் அப்போதுதான் முதல் முறையாகப் பார்ப்பது போல் ஆச்சரியத்துடன் பார்த்து வந்தார். அவர் எப்போதுமே அப்படித்தான். பஸ்ஸில் போகும்போது பல தடவை வந்து போன இடமாக இருந்தாலும் முதல் தடவையாகப் பார்ப்பது போல் இரண்டு பக்கமும் ஆச்சரியமாகப் பார்த்துக்கொண்டே தான் வருவார். கொஞ்ச தூரம் போனதும் ஒரு சந்து வந்தது. அதன் வழியாக ஒரு வீட்டிற்குப் போனோம். கூட இருந்த நபர் வீட்டிற்குள் போனார். அது அவரது வீடாக இருந்திருக் கலாம். வராண்டாவில் உட்கார வசதிகள் இருந்தது. என்னிடம் பேசிவிட்டு வேறு இடத்துக்கு அவர் போகப்போகிறார். உட் கார்ந்து பேச வேண்டும் இல்லையா? அதற்காக அந்த வீட்டிற்கு அழைத்துக்கொண்டு போயிருந்தார்.

அன்று நான் கொஞ்சம் வருத்தப்பட்டுப் பேசினேன். அதற்கு முன்பு நான் அப்படிப் பேசினதே கிடையாது. அவர் சொன்னார், ‘உன்னோட எழுத்துகள்பற்றி நான் அதிகமாகப் படித்ததில்லை. அநேக நண்பர்கள் சொல்லியிருக்கிறார்கள். அவர்கள் மனதில் நீ ஒரு கம்யூனிஸ்ட் எதிரி என்பது ஆழமாகப் பதிந்துபோய் விட்டிருக்கிறது. எனக்குப் படிக்க நேரம் இருப்பதில்லை. நான் உன் கதைகளைப் படித்ததில்லை என்பதால் அது குறித்து என்னால் அவர்களிடம் எதுவும் சொல்ல முடியவில்லை’ என்றார்.

அப்போது நான் சொன்னேன் :

‘எனக்கு அப்படி ஒரு உணர்வு கிடையாது. பிறர் என்னைப் பற்றி என்ன சொன்னாலும் எனக்கென்று என்னைப் பற்றி ஒரு அபிப்ராயம் இருக்கிறது. மார்க்சியத்தைப் பற்றி எனக்கு அவ்வளவாகத் தெரியாது என்ற ஒப்புதல் வாக்குமூலம் என் எழுத்துக்களிலேயே இருக்கிறது. உண்மையிலேயே நான் அப்படி ஒப்புதல் வாக்குமூலம் தருவது போல் எழுதுவதே மார்க்சியம் பற்றித் தெரியாமலேயே தெரிந்தது போல் சொல்லிக் கொண்டு வருகிறார்களே அவர்களுக்கான பதில்தான்.

என்னைவிடவும் மார்க்சியம் பற்றிக் குறைவாகத் தெரிந்து வைத்திருப்பவர்கள் கட்சியில் இருக்கிறார்கள். ஆனால் தங் களுக்கு அதிக அளவுக்குத் தெரியும் என்று நினைத்துக் கொண்டிருக்கிறார்கள். அவர்களைப் பார்த்துத்தான் சொல் கிறேன், எனக்கு அவ்வளவாகத் தெரியாது என்று. அதே சமயம் எனக்குத் தெரிந்து நான் ஒரு பிற்போக்கான கதைகூட எழுதினது கிடையாது. ஆனால், உங்கள் எழுத்தாளர்கள் பிற்போக்கான கதைகளை எழுதிவருகிறார்கள். முற்போக்கான கதாபாத்திரம், முற்போக்கான முடிவு இவை மட்டுமே ஒரு கதையை முற்போக்

கானதாக ஆக்கிவிட முடியாது. கதைக்குள்ளே எண்ணற்ற மனோபாவம் கசிகிறது. மேல் சதை, வெளியில் தெரியக்கூடிய பகுதிகள் முற்போக்கானதாக இருப்பதால் மட்டுமே ஒரு கதை முற்போக்கானதாக ஆகிவிட முடியாது. பல கதைகளில் ரொமான்டிக்கான மனோபாவம் அதிகமாக இருக்கிறது. நிலப் பிரபுத்துவ சிந்தனைகள் அதிகமாக இருக்கின்றன.

நான் தமிழ் வாழ்க்கையைப் பற்றித்தான் அதிகமாகச் சொல்கிறேன். மேடைகளில் பேசும்போதும் சரி, கதைகள், கவிதைகள், கட்டுரைகள், நாவல்கள் எழுதும்போதும் சரி, மொழிபெயர்ப்புகள் செய்யும்போதும் சரி, நண்பர்களிடம் பேசும்போதும் சரி, தமிழ் வாழ்க்கையில் மாற்றத்தைக் கொண்டுவர வேண்டும் என்ற எண்ணத்தில்தான் செய்கிறேன். என் எழுத்துகள் ஐநூறு வருடங்கள் தாண்டி வாழ வேண்டும், ஆயிரம் வருடங்கள் வாழ வேண்டும் என்பதெல்லாம் என்னுடைய பிரதான நோக்கமே அல்ல. அப்படி நடந்தால் நல்லது. ஆனால், அவை என் பிரதான நோக்கமல்ல. என்னோட நோக்கம் என் திறமைகளைப் பறைசாற்றுவதைவிட தமிழ்ச் சமூகத்தை எப்படி மாற்றலாம் என்பதுதான். அதை வெவ்வேறு தளத்தில் சொல்லிவருகிறேன். என்னைப் பொறுத்தவரையில் நானும் ஒரு முற்போக்கு எழுத்தாளன்தான். அதில் எந்தவித சந்தேகமும் எனக்குக் கிடையாது.'

ஜீவா உடனே பெரிசாகச் சிரித்தார். 'உனக்கு அந்த அளவுக்கு நம்பிக்கை இருக்கும் என்றால் அது ரொம்ப நல்ல விஷயம் ஆயிற்றே. இப்போது இப்படிப் பேசுகிறார்கள். பின்னால் காலம் உன்னை ஒத்துக்கொள்ளட்டுமே. ஒரு உண்மையை அப்படி அழித்துவிட முடியுமா? அந்த அளவுக்கு உனக்கு நம்பிக்கை இருக்குமானால் அதை நீ தொடர்ந்து செய்யலாம். உனக்குச் சில அனுபவங்கள் கட்சியினருடன் நடந்திருக்கிறது. அதனால் உன்னுடைய மனோபாவங்கள் ரொம்பவும் விரிவடைந்துதான் போயிருக்கிறது. நீ ஒன்றும் பின்வாங்கிவிடவில்லை என்றுதான் நீ நினைக்கிறாய் என்றால், நீ முக்கியமான முற்போக்கு எழுத்தாளன் என்று claim பண்ணுகிறாய் என்றால், உனக்கு அந்த அளவுக்கு நம்பிக்கை உன் மேல் இருப்பதைப் பார்க்கும்போது சந்தோஷமாக இருக்கிறது' என்றார். 'யார் உனக்கு எதிராக என்ன சொன்னாலும் உனக்குச் சரியென்று படுவதைச் செய்துவருவது என்பது பெரிய விஷயம் இல்லையா' என்றார்.

அப்புறம் நான் கிளம்பினேன். 'எங்கே போகிறாய்? நான் உன்னைக் கொண்டுவிட்டுவிடுகிறேன்' என்றார். 'நான் இப்படியே கடற்கரை வழியாக நடந்து போய்க் கொள்கிறேன். இப்படியே போனால் ஒரு சர்ச் வரும். கொஞ்ச தூரம் போனதும் ஒரு நல்ல ஹோட்டல் வரும். அங்கு சாப்பிட்டுவிட்டு அப்

படியே நடந்து மயிலாப்பூர் குளத்துக்குப் போய்விடுவேன். அங்கிருந்து எனக்கு நிறைய பஸ்கள் கிடைக்கும்' என்று சொல்லி விட்டுப் புறப்பட்டேன். அதன் பிறகு அவரைச் சந்தித்துப் பேசிய ஞாபகம் இல்லை. அதுதான் கடைசி சந்திப்பு என்று மனதில் இருக்கிறது.

நீங்கள் பல பிரபலமான எழுத்தாளர்களைப் பார்த்திருக்கிறீர்கள். க.நா.சு., செல்லப்பா, மௌனி, பிரமிள், நகுலன், ஜெயகாந்தன் என பலரைப் பார்த்துப் பழகியிருக்கிறீர்கள். ஜீவாவிடமும் நிறைய பழகியிருக்கிறீர்கள். இவருக்கும் அவர்களுக்கும் இடையில் இருக்கும் முக்கிய வேறுபாடாக எதை உணர்ந்திருக்கிறீர்கள்?

ஜீவாவின் இலக்கியப் பார்வை அவ்வளவு ஆழமானது என்று நான் சொல்ல மாட்டேன். கட்சியின் நன்மையைக் கருதி ஒரு இலக்கியப் பார்வையை வகுத்துக்கொண்டிருந்தார். அந்தப் பார்வையின்மீது அவருக்கு நம்பிக்கை இருந்தது. நிறைய எழுத்தாளர்களை உருவாக்க வேண்டும் என்று அவர் முயற்சி செய்தார். ஆனால் சிறந்த எழுத்தாளர்களை அவர் உருவாக்கினார் என்று எனக்குத் தோன்றவில்லை. கேரளாவில் இருக்கும் கம்யூனிஸ்ட்கள் பலர் ஜீவாவை விடப் பலமடங்கு படித்தவர்கள். இ. எம். எஸ். எல்லாம் ஜீவாவைவிடப் பல மடங்கு படித்தவர். ஆனால், அவரது பார்வை ஜீவாவின் பார்வையை விடக் குறுகலானது. இவரது பார்வையிலாவது மனிதத்தன்மை இருந்தது. நீக்குப் போக்கான எண்ணங்கள் இருந்தன. இ. எம். எஸ்ஸின் ஆரம்பகால விமர்சனங்கள் ரொம்ப இறுக்கமாகவும் மனித உணர்வுகளுக்கோ மனித பலவீனங்களுக்கோ இடந்தராமலும் இருக்கும். கட்சியின் சூத்திரத்தை அந்தந்தக் காலத்தில் சுத்தியால் அடித்துக்கொண்டே இருப்பார்.

எழுத்தாளர்களுக்குத் தனியான ஒரு பார்வை உண்டு என்பதையே அவர் ஒத்துக்கொள்ளவில்லை. இவ்வளவு பெரிய அறிவாளி ஒருவருக்கு இந்த சாதாரண விஷயங்கள் எப்படிப் புரியாமல் போயிற்று என்ற எண்ணம் ஏற்படும். ஆனால் கடைசிக் காலத்தில் அவரது இலக்கியப் பார்வைகள் வெகுவாக மாறிவிட்டன. தன்னுடைய இலக்கியப் பார்வை இறுக்கமானதாக இருந்தது என்பதை ஒத்துக்கொள்ளவும் செய்திருந்தார். கடந்த காலத்தில் நடந்த சறுக்கல்களை அவர் வெளிப்படையாகச் சொல்கிறார். அதைப் போன்ற ஒரு மறுபரிசீலனையோ சுய விமர்சனமோ இன்று வரையும் இங்கு எவருக்குமில்லை. அப்படியான ஒரு சூழல் கேரளாவில் உருவாகியிருக்கிறது.

நம்முடைய இயக்கத்தில் இருப்பவர்கள் கடந்த காலத்தில் நடந்த தவறுகள் எதையுமே வெளிப்படையாகச் சொல்ல மாட்டார்கள். இன்றுவரை சொன்னதில்லை. மறு பரிசீலனை

என்பதே கிடையாது. இன்று அவர்கள் புரட்சி என்ற வார்த்தையைப் பயன்படுத்துவதில்லை. வர்க்கப் போராட்டம் என்ற வார்த்தையைப் பயன்படுத்துவதில்லை. இப்படி நூற்றுக்கணக்கான வார்த்தைகளைப் பயன்படுத்துவதை அவர்கள் விட்டுவிட்டிருக்கிறார்கள். அதற்கான காரணங்கள் நமக்கு நன்றாகத் தெரியும். ஆனால் அந்த மாற்றம் எதனால் ஏற்பட்டது என்பதை வெளிப்படையாகப் பேச மாட்டார்கள். அழகுணர்ச்சி, கலையம்சம் என்ற வார்த்தையை எல்லாம் முன்பு பயன்படுத்தவே மாட்டார்கள். இன்று அவற்றை சர்வசாதாரணமாகப் பயன்படுத்துகிறார்கள். இந்த வார்த்தைகளை அவர்கள் யாரிடமிருந்து கற்றுக்கொண்டார்கள்? அந்த ஆட்களுடன்தானே ஓயாமல் இதுவரை மோதிக் கொண்டிருந்தார்கள். முன்பு சில விஷயங்களைச் சரியாகச் செய்யவில்லை; இப்போது கற்றுக்கொண்டுவிட்டிருக்கிறோம் என்று வெளிப்படையாகச் சொல்வதில் என்ன தப்பிருக்கிறது?

சோவியத் யூனியன் பற்றி அந்த அமைப்பு சுக்குச்சுக்காக நொறுங்கும் வரை, அதைச் சார்ந்து ஒரு வாக்கியம்கூடச் சொல்ல முடியாது என்று வரலாறு தீர்மானித்ததற்கு அப்புறம் தான் வாயை மூடிக் கொண்டு இருந்திருக்கிறார்கள். ரொம்பத் தவறுகள் நடந்திருக்கின்றன; அவ்வளவு தூரம் இறுக்கமாகவும் நம் சூழலைக் கணக்கிலெடுத்துக்கொள்ளாமலும் இருந்திருக்க வேண்டியதில்லை என்று தனிப்பட்ட தோழர்கள் என்னிடமே பேசியிருக்கிறார்கள். கட்சி எதுவும் சொல்லவில்லை. இ. எம். எஸ். வெளிப்படையாக எழுதிவிட்டார். ஒரு கட்சியின் நீண்ட வரலாற்றில் இந்த மாதிரி பல விஷயங்கள் நடந்துவிடுவதுண்டு என்று எழுதியிருக்கிறார். அவர் மறைந்த போது அங்கிருந்த முக்கியமான எழுத்தாளர்கள் ஒருவர் விடாமல் அவரைப் பற்றி உயர்வாக எழுதியிருக்கிறார்கள்.

இ. எம். எஸ்., ஐக்கிய கேரளம் என்றொரு கருதுகோளுக்கு நடைமுறை சார்ந்த உருவம் தந்தார். முழு இந்தியாவிலுமே அப்படியான ஒன்றை உருவாக்கியது முதலில் அவர்தான் என்று நினைக்கிறேன். அதற்கான காரணம் என்ன? எல்லா கலாச்சாரமும் ஏன் ஒன்றாக இணைய வேண்டும்? திருவிதாங்கூருடன் கொச்சியும் மலபாரும் ஒன்று சேர்ந்து ஒரு ஐக்கிய கேரளம் உருவாக வேண்டும் என்ற கோஷத்தை இ. எம். எஸ். 1940–41ல் எழுதியிருக்கிறார். அந்தப் புத்தகத்தைப் பற்றி சி. ஜே. தாமஸ் – பின்னால் கம்யூனிச எதிரி என்று முத்திரை குத்தப்பட்டவர் – ரொம்ப உயர்வாக ஒரு மதிப்புரை எழுதியிருந்தார். அந்த மதிப்புரை அந்தப் புத்தகத்தைப் படிப்பதற்கும் வேறு சில புத்தகங்களைப் படிப்பதற்கும் எனக்குக் காரணமாக இருந்தது. பின்னாளில் சி. ஜே. தாமஸ் சந்தேகமே அற்ற கம்யூனிச

விரோதி ஆகிவிட்டார். தியாலஜி படித்துப் பாதிரியாராகத்தான் அவரை வீட்டில் படிக்க வைத்தார்கள். நீள அங்கிகளை அணிந்து கொண்டு, அதற்கான படிப்புப் படித்துப் பாதிரியாராக ஆக இருந்தவர் அதன் பின் தோழர்களுடன் தொடர்பு ஏற்பட்டு அந்தப் படிப்பைப் பாதியிலேயே விட்டு விட்டார். சட்டம் படித்தார். முதலில் பத்து வருடங்கள் கம்யூனிஸ்டாகத்தான் இருந்தார். பின்னாளில்தான் மாறிவிட்டார். அனுபவங்கள் நிகழும் சந்தர்ப்பத்தில் அவர்கள் ஏன் மாறிப் போகிறார்கள் என பார்ப்பதில்லை. போனால் போகிறார்கள் என்ற எண்ணம் தான் பொதுவாக இருக்கிறது. அது மட்டுமில்லாமல், அப்படி மாறிப்போகிறவர்கள் பற்றி மக்களுக்கு இருக்கும் செல்வாக்கை அழித்துவிடவேண்டும் என்றும் செயல்படுவார்கள். எங்களை விட்டு ஒரு ஆள் விலகிப் போனால் அவர்கள் அழிந்துபோய் விடுவார்கள் என்று அதற்குச் சில உதாரணங்கள் இருக்கும். அதைப் பச்சையாக மேடைகளில் வெளிப்படையாகச் சொல்லு வார்கள்.

ஆனால் ஜீவாவுக்கு அப்படிச் செய்யக்கூடாது என்ற எண்ணம் வலுவாக இருந்தது. அவரைப் போன்ற மனோபாவம் கொண்ட வேறு சில தலைவர்களும் கட்சியில் இருந்திருந்தால் அவர் ரொம்பப் பேரைத் தக்க வைத்துக் கொண்டிருந்திருப்பார். அவர் முற்போக்கு எழுத்தாளர் சங்கத்தில் மட்டும் இருந்து கொண்டு எழுதி வா என்று சொல்லுவார். ஸ்டாலின் விவகாரம் குறித்த மறு பரிசீலனை வரும்போது அவனும் உள்ளே வந்து சேர்ந்துகொண்டு விடுவான் என்பது அவரது அபிப்ராயம். தீர்க்க தரிசனமாக ஒரு விஷயத்தை முன்கூட்டியே சொல்ப வனைப் பிற்போக்குவாதி என்கிறார்கள். கட்சியில் இருப்பவர்கள் பின்னர் அவர்கள் சொன்னதை ஏற்றுக்கொண்ட பிறகும் பிற்போக்குவாதிகள் பிற்போக்குவாதிகளாகவே இருந்துவருகிறார் கள். ஆனால் அவர்கள் எப்போதுமே முற்போக்கானவர்கள்தான். இருபது முப்பது வருடங்களாக அந்த விஷயத்தை அவர்கள் நியாயப்படுத்தி வந்திருக்கிறார்கள். இப்போது மாற்றிக்கொண்ட பிறகும் அவர்கள் முற்போக்கானவர்களாகவே இருக்கிறார்கள். முன்பாகவே சொன்னவன் அன்றும் பிற்போக்குவாதி இன்றும் பிற்போக்குவாதி என்ற கட்சியின் பார்வை சங்கடமானது மட்டுமல்ல, மிகவும் வைதீகமானது.

ஜீவா, பாரதி பற்றி என்னிடம் பேசியிருக்கிறார். புதுமைப் பித்தனைப் படிக்கும்படி அவரிடம் நான் சொல்லியிருந்தேன். அவருக்கு நேரமில்லாமல் இருந்ததால் படிக்க முடியாமல் இருந்திருக்கலாம். க. நா. சுவிடமோ ஜானகிராமனிடமோ பேசுவதுபோல் கலை சம்பந்தமாக நான் ஜீவாவிடம் பேசியிருக்க வில்லை. கலைக்கும் இலக்கியத்திற்கும் உள்ளார்ந்த கூறுகள்

பல இருக்கின்றன. அவை பற்றி நான் ஜீவாவிடம் அதிகம் பேசவில்லை. கலைக்கும் சமூகத்திற்குமான உறவென்ன என்பது பற்றி அதிகம் பேசியிருக்கிறேன். அவர் அதற்கு அதிக முக்கியத் துவம் தந்து பேசுவார். எனக்கும் அந்த உறவு முக்கியமானது. இன்றும்கூட பல எழுத்தாளர்கள் அதுபற்றிப் பேசுவதே கிடை யாது. ஏதோ வினோதத்துக்காக எழுதுவதாகச் சொல்லா விட்டாலும் கூட அவர்கள் தங்களுடைய ஆத்ம திருப்திக்காக எழுதுவது, பிறர் அதுபற்றி உயர்வாகச் சொல்வது என பல காரணங்களுக்காக எழுதுகிறார்கள். ஆனால் அந்தக் கதைகளுக் குள்ளும் சமுதாயத்தின் விஷயங்கள் பிரதிபலித்திருக்கிறது. அது இரண்டு விதமாக இருக்கலாம். முதலாவதாக நிலைமை இப்படி இப்படி இருக்கிறது என்பதை உணர்த்துவதாக இருக்க லாம். அல்லது ஆழ்ந்த அக்கறையின் காரணமாகப் பிரச்சினை யின் ஆழத்திற்கு விஷயத்தை எடுத்துக்கொண்டு போவது என்பதாக இருக்கலாம்.

நமது மனங்கள் எந்த அளவுக்கு விரிந்தால் அந்தப் பிரச்சினை களை ஓரளவுக்குத் தீர்க்க முடியுமோ அது சார்ந்து சிந்தனை களை விரியவைப்பது. இந்த விஷயங்களை எந்த அளவுக்கு வெற்றிகரமாக என் கதைகளில் செய்திருக்கிறேன் என்று என் னால் சொல்ல முடியவில்லை. ஆனால் அதற்கான நோக்கம், அக்கறை இருந்திருக்கிறது. அதற்காக முயற்சி செய்திருக்கிறேன் என்று என்னால் சொல்ல முடியும். இலக்கியத்துக்கும் சமூகத்துக் கும் சம்பந்தம் இருக்கிறது. அதற்கு ஒரு குறிக்கோள் இருக்கிறது. இந்த விஷயங்களை ஜீவா அளவுக்கு வெளிப்படையாக என்னி டம் வேறு யாரும் சொன்னது கிடையாது. க.நா.சுவின் கருத்துக்களை நான் முழுமையாக ஏற்றுக்கொள்ளவில்லை என்பதற்கும் பலவற்றை நான் நிராகரித்திருக்கிறேன் என்பதற்கும், என் படைப்புக்களிலேயே நிறைய தடயங்கள் இருக்கின்றன. நான் கட்டுரைகளில்கூட சொல்லியிருக்கிறேன். எனக்கு அவரது பாதிப்பு அதிகமாகக் கிடையாது. அவரது வாசிக்கும் பழக்கம் – அவர் படித்த அந்த குறிப்பிட்ட புத்தகங்களை மட்டும் சொல்ல வில்லை – ஒரு எழுத்தாளருக்கு எவ்வளவு வாசித்துத் தெரிந்து கொள்ள வேண்டியிருக்கிறது, எவ்வளவு வாசிக்க முடிகிறது போன்ற விஷயங்களை நான் அவரிடமிருந்துதான் கற்றுக் கொண்டேன்.

ஜீவாவிடமிருந்து இலக்கியத்துக்கும் சமூகத்துக்கும் இடையே இருக்க வேண்டிய நெருக்கம் பற்றித் தெரிந்துகொண்டேன் என்று சொல்லலாம்.

◆

பதிவின் பதிவுகள்

பல எழுத்தாளர்களோடு நெருங்கிப் பழகிய அனுபவத்தில் ஒரு விஷயத்தை என்னால் நிச்சயமாகச் சொல்ல முடியும். எழுத்தாளர்களுக்கு, எழுதுவதற்கு இணையாக – சில சமயம் அதை விட அதிகமாக – இரண்டு விஷயங்கள் பிடித்திருக்கின்றன. ஒன்று வாசிப்பது. இன்னொன்று சக எழுத்தாளர்களுடன் பேசுவது. எழுத்தாளர்களும் மனிதப் பிறவிகள்தாம் என்பதால் அவர்களும் சாதாரண மனிதர்களுக்குள்ள அனைத்துவகை உறவு முறைகளுக்கான சாத்தியங்களும் கொண்டவர்கள்தாம். படிப்பு, தொழில், குடும்பம், ஊர், பொழுதுபோக்கு, விசேஷ ஆர்வம் முதலான பல அம்சங்கள் சார்ந்து நெருக்கமான பல உறவுகள் வளர்வதற்கான சாத்தியம் எல்லா மனிதர்களைப் போலவே அவர்களுக்கும் இருக்கிறது. என்றாலும் சக எழுத்தாளர்களுடனான அவர்களது நட்புறவு மற்ற எல்லா உறவுகளையும் விட வித்தியாசமானதாக அமைந்துவிடக்கூடும். எழுத்தைத் தீவிரமாக எடுத்துக்கொள்பவர்களுக்கு எழுத்து என்பது மிகவும் அந்தரங்கமானது. இந்த அந்தரங்க உலகம் குறித்த பகிர்தல் யாரிடத்தில் சாத்தியமாகிறதோ அவர் இயல்பாகவே நெருக்கமான நண்பராகிவிடுகிறார்.

இந்த நட்பு, இலக்கிய அனுபவங்களைப் பகிர்ந்துகொள்வதோடு நிற்பதில்லை. எழுத்துலகம் சார்ந்து விரியும் பல கிளை உலகங்கள், பொதுவான சில அக்கறைகள் ஆகியவை குறித்த அனுபவங்களும் இந்த நட்பில் தவிர்க்க முடியாத அளவில் இடம்பிடித்துவிடுகின்றன. நட்பின் விளைவாகக் கூட்டுச் செயல்பாடுகள் உருவாவதும் தமிழ்ச் சூழலில் நடந்துவருகிறது. செயல்பாடுகள் நட்பையும், நட்பு செயல்பாடுகளையும் பரஸ்பரம் செழுமைப்படுத்தியும் சீரழித்தும் வருவதும் நடக்கத்தான் செய்கிறது. இத்தகைய நட்பின் அனுபவங்கள் பதிவு செய்யப்பட்டால் அது தமிழ்ச்சூழலின் சாதகமானதும் பாதகமானதுமான பல அம்சங்களின் பின்னணியை நமக்குப் புரியவைக்கும். இது பல்வேறு ஆய்வுகளுக்கும் பல்வேறு உண்மைகள் சார்ந்த விசாரணைகளுக்கும் நம்மை இட்டுச்செல்லக்கூடும். சுருக்கமாகச் சொல்வதானால், எழுத்தாளர்களிடையே நிலவும் நட்பின் பதிவுகள் சூழலில் மிக முக்கியமான தாக்கங்களை ஏற்படுத்தக் கூடும்.

தமிழ்ச் சூழலில் இத்தகைய பதிவுகள் நடைபெற்றதேயில்லை என்று சொல்லிவிட முடியாது. க. நா. சுப்ரமணியம், அசோக மித்திரன் உள்ளிட்ட பலர் தங்களுடைய இலக்கிய நண்பர்கள் பற்றிய சுவையான, சுருக்கமான சித்திரங்களைத் தீட்டியிருக் கிறார்கள். ஆனால் நட்பின் பல்வேறு பரிமாணங்களையும் பரிணாமங்களையும் ஆதியோடந்தமாக, விரிவாக இதுவரை யாரும் பதிவுசெய்ததில்லை. அந்த வகையில் மூத்த எழுத்தாளர் களில் ஒருவரான சுந்தர ராமசாமி பகிர்ந்துகொள்ளும் இந்த அனுபவங்கள் முன்னுதாரணமற்ற அரிய பதிவுகள் என்று சொல்லலாம்.

சுந்தர ராமசாமியோடு நெருங்கிப் பழகுபவர்கள் ஒரு விஷ யத்தைக் கவனித்திருப்பார்கள். நண்பர்களுடன் பேசும்போது தன் இளவயது அனுபவங்கள் பற்றி அவர் மிக இயல்பாகவும் சுவாரஸ்யமாகவும் பேசுவார். இவற்றில் பெரும்பாலானவை எழுத்தாளர்களுடன் அவருக்கு ஏற்பட்ட நட்பின் அனுபவங்கள். க. நா. சுப்ரமணியன், சி. சு. செல்லப்பா, தி. ஜானகிராமன், பிரமிள், நாகராஜன் போன்ற எழுத்தாளர்கள் பற்றிப் பல விஷயங்களை இவர் சொல்வதை நண்பர்கள் கேட்டிருப்பார்கள். உதிரியாகவும் சிதறலாகவும் வெளிப்பட்டுவரும் இந்த அனுபவப் பதிவுகளை முறையாகத் தொகுத்தால் தமிழில் அது ஓர் அரிய பதிவாக இருக்கும் என்று சு. ராவின் மகன் கண்ணனுக்கும், நெய்தல் கிருஷ்ணன், ஆ. இரா. வேங்கடாசலபதி போன்ற நண்பர்களுக்கும் தோன்றியதில் வியப்பில்லை.

சு. ராவைப் 'பேட்டி' கண்டு அவருடைய அனுபவங்களைப் பதிவுசெய்து தர இயலுமா என்று கண்ணன் என்னைக் கேட்ட போது நான் மகிழ்ச்சியோடு ஒப்புக்கொண்டேன் என்பதைச் சொல்லத் தேவையில்லை. அந்தச் சமயத்தில்தான் மௌனியின் படைப்புகள் குறித்து காலச்சுவடு இதழும் தலித் இதழும் இணைந்து ஏற்பாடு செய்த கருத்தரங்கு ஒன்று பாண்டிச்சேரியில் நடைபெற்றது (செப்டம்பர் 2001). அதில் துவக்க உரையாற்றிய சு. ரா., மௌனியுடன் தனக்கு ஏற்பட்டிருந்த நட்பின் அனுபவங் களைப் பகிர்ந்துகொண்ட விதம் எல்லோரையும் கவர்ந்தது. அந்தப் பேச்சைக் கேட்டதில் எனக்கு ஏற்பட்டிருந்த உற்சாகம் சு. ராவின் நட்பின் அனுபவங்களைப் பதிவு செய்யும் வேலையைச் சீக்கிரம் தொடங்க வேண்டும் என்ற ஆர்வத்தை ஏற்படுத்தியது. விரைவில் அதற்கான தருணமும் வாய்த்தது.

அச்சு ஊடகத்திலிருந்து (இந்தியா டுடே) இணைய தளம் என்ற மின்னணு ஊடகத்திற்கு மாறியிருந்த எனது தொழில் சார்ந்த வாழ்க்கை, உலகளாவிய அளவில் இணைய தளத்

துறையில் ஏற்பட்டிருந்த பின்னடைவினால் பாதிப்படைந்திருந்த சமயம் அது. தொழில்சார் வாழ்க்கையில் விழுந்த இடைவெளியின் ஒரு பகுதியை இந்தப் பதிவுகளுக்காகப் பயன்படுத்திக் கொள்ளலாம் என்று தோன்றியது. அதையடுத்து 2001ஆம் ஆண்டின் அக்டோபர், நவம்பர், டிசம்பர் மாதங்களிலும் 2002 ஜனவரி, பிப்ரவரி மாதங்களிலும் பல அமர்வுகளில் நடந்த இந்தப் பதிவில் சுமார் பத்து எழுத்தாளர்கள் தொடர்பான அனுபவங்கள் பதிவுசெய்யப்பட்டன.

அவ்வப்போது சில கேள்விகள், சந்தேகங்கள், நினைவுபடுத்தல்கள் ஆகியவற்றைத் தவிர இந்தப் பதிவில் என் பங்கு எதுவும் இல்லை. ஆனால் நான் பெற்றுக்கொண்டது நிறைய. எழுத்திலும் பேச்சிலும் சுந்தர ராமசாமி ஒரு சிறந்த கதைசொல்லி. பழைய நினைவுகளை அவர் பல சமயம் கதைபோலவே சொல்லிச் சென்றார். ஒலிநாடாவிலிருந்து எடுத்து எழுதப்படும் பதிவில் இடம்பெற முடியாத பல ரசமான அம்சங்களை – குரலின் ஏற்ற இறக்கங்கள், முக பாவனைகள், அவ்வப்போது கடைவாயில் கசியும் குறுநகை ஆகியவற்றை – என்னால் நுகரவும் ரசிக்கவும் முடிந்தது. அவ்வப்போது பேச்சு திசைமாறி, இந்தப் பதிவுகளோடு அதிகம் தொடர்பற்ற விஷயங்களைப் பார்த்து நகரத் தொடங்கி விடும். அதுபோன்ற சந்தர்ப்பங்களில் கூடுதலாகப் பல விஷயங்களை அறிந்துகொள்ளவும் விவாதிக்கவும் எனக்கு வாய்ப்புக் கிடைக்கும். நட்பின் ஈரத்தைக் காப்பாற்றிக்கொள்ளும் முயற்சியில் சு. ரா. தனது தர அளவுகோல்களையும் மதிப்பீடுகளையும் ஒருபோதும் சமரசம் செய்துகொண்டதில்லை என்பதையும், இவற்றுக்காக நட்பை முறித்துக்கொள்ளும் நிலைக்குப் போனதில்லை என்பதையும் என்னால் உணர முடிந்தது. எனக்கான ஒரு முக்கியமான பாடமாகவே இதை நான் எடுத்துக் கொள்கிறேன்.

இந்தப் பதிவுகளில் என்னை மிகவும் கவர்ந்தது ஜி. நாகராஜன் தொடர்பான பதிவுதான். ஒரு குறுநாவலுக்குரிய சம்பவக் கோவைகளை இயல்பாகக் கொண்டிருந்த அந்தப் பதிவு என்னளவில் ஒரு சிறந்த வாசிப்பனுபவத்தைத் தந்தது. கட்டுமஸ்தான உடலுடன் மீசையை முறுக்கியபடி, "பயப்படாதீங்க ராமசாமி" என்று முதுகில் (அன்போடு) பலமாகத் தட்டிக்கொடுத்த கம்பீரமான நாகராஜனுக்கும் ஒரு நாளுக்கு ஒரே ஒரு லட்டைத் தவிர வேறு எதையுமே சாப்பிட முடியாத அளவுக்குப் பலவீனமாகிவிட்ட நாகராஜனுக்கும், இடையே இருந்த இடைவெளி என்னை உலுக்கிவிட்டது. ஜீவா பற்றிய பதிவு எழுத்தாளனின் சுதந்திரத்திற்கும் இயக்கம் சார்ந்த செயல்பாடுகளுக்கும் இடையே

உள்ள தீர்க்க முடியாத முரண்பாடுகள் குறித்து என்னை மிகவும் சிந்திக்க வைத்தது. நட்புக்கும் மதிப்பீடுகளுக்கும் இடையே உள்ள முரண்பாடுகளால் உருவாகும் போராட்டம் சார்ந்த எண்ணங்களைக் கூர்மைப்படுத்தியது பிரமிள் பற்றிய பதிவு.

பல குணசித்திரங்கள் உருவாகிவருவது இந்தப் பதிவுகளின் இன்னொரு சிறப்பு. குறிப்பாக சு.ராவின் அப்பாவைப் பற்றிய சித்திரம். *ஜே. ஜே : சில குறிப்புகளிலும், குழந்தைகள் பெண்கள் ஆண்களிலும்* சில சிறுகதைகளிலும் எஸ். ஆர். எஸ். பற்றி நமக்குக் கிடைக்கும் சித்திரத்தின் நீட்சி என்று சொல்லத்தக்க பல இடங்கள் இந்தப் பதிவுகளில் இடம்பெற்றிருக்கின்றன. தன் அப்பாவுக்கும் தனக்குமான உறவில் உருவான முரண்பாடுகள் குறித்தும் ஏழாண்டுக்காலம் எழுதாமல் இருந்த 'மோனத்தவம்' பற்றியும் சு. ரா. இந்தப் பதிவுகளில் முதல் முறையாக விரிவாகப் பேசியிருக்கிறார்.

சொல்லிக்கொண்டே போகலாம். ஒரு காலகட்டத்து எழுத்தாளர்களின் இன்னொரு பக்கத்தை நமக்கு அறியத்தரும் இந்தப் பதிவுகள் வாசகர்களால் பெரிதும் விரும்பப்படும் என்று நம்புகிறேன். உலகத்தமிழ் இணைய தளத்தில் வரும் 'நினைவோடை' தொடருக்குக் கிடைத்துவரும் வரவேற்பு என் நம்பிக்கையை ஆமோதிக்கும் வகையில் அமைந்துள்ளது. சிறப்பான முறையில் இந்தப் பதிவுகளைத் தொகுத்துத் தந்த மகாதேவனின் உழைப்பு இந்தப் பதிவுகள் நூலாக வருவதில் ஆற்றிய பங்கை ஒருநாளும் மறக்க முடியாது.

இந்தப் பதிவுகள் அனைத்தும் மறைந்த எழுத்தாளர்களுடனான நட்பைப் பற்றியவை. இதன் தொடர்ச்சியாக வாழும் எழுத்தாளர்களுடனான தனது நட்பின் அனுபவங்களையும் பதிவு செய்ய வேண்டும் என்று சு. ராவிடம் கண்ணனும் நானும் கேட்டிருக்கிறோம். மீண்டும் ஒருமுறை சில மாதங்களை ஒதுக்க வேண்டியிருக்கும். விரைவில் அது சாத்தியமானால் நினைவோடையின் தொடர் நூல் வரிசையின் இரண்டாம் பகுதி ஓரிரு ஆண்டுகளில் வெளியாகலாம்.

மே 9, 2003 **அரவிந்தன்**

சுந்தர ராமசாமியின்
பிற நினைவோடை நூல்கள்

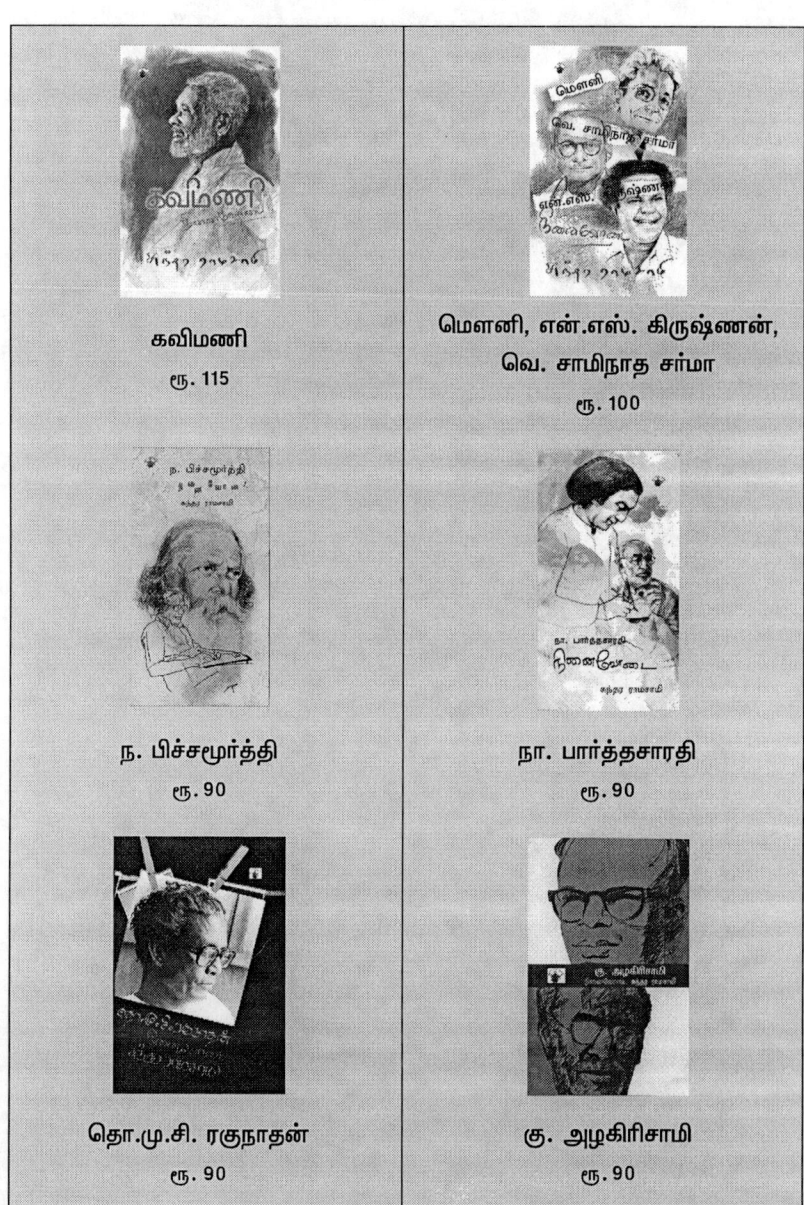

கவிமணி
ரூ. 115

மௌனி, என்.எஸ். கிருஷ்ணன்,
வெ. சாமிநாத சர்மா
ரூ. 100

ந. பிச்சமூர்த்தி
ரூ. 90

நா. பார்த்தசாரதி
ரூ. 90

தொ.மு.சி. ரகுநாதன்
ரூ. 90

கு. அழகிரிசாமி
ரூ. 90

தி. ஜானகிராமன்
ரூ. 90

ஜி. நாகராஜன்
ரூ. 130

பிரமிள்
ரூ. 125

கிருஷ்ணன் நம்பி
ரூ. 175

க.நா.சு
ரூ. 125

சி.சு.செல்லப்பா
ரூ. 40